# പിശുക്കനെ പറ്റിച്ച
# പിശുപിശുക്കൻ

**pishukkane patticha pishupishukkan**

•

thamban thayineri

•

*first edition*
april 2015

•

*second edition*
february 2017

•

*typesetting*
star communication

•

*published*
chintha publishers, thiruvananthapuram

•

*printed*
manipal technologies limited

•

*cover & illustration*
sudheer p y



---

***വിതരണം***

**ദേശാഭിമാനി ബുക്ക് ഹൗസ്**

H O തിരുവനന്തപുരം–695 035
phone: 0471-2303026, 6063026
www.chinthapublishers.com
chinthapublishers@gmail.com

***ബ്രാഞ്ചുകൾ***

ഹെഡ്ഡാഫീസ് ബ്രാഞ്ച് കുന്നുകുഴി • സ്റ്റാച്യു തിരുവനന്തപുരം • കെ എസ് ആർ ടി സി ബസ് സ്റ്റേഷൻ ആലപ്പുഴ • കെ എസ് ആർ ടി സി ബസ് സ്റ്റേഷൻ എറണാകുളം • മച്ചിങ്ങൽ ലെയ്ൻ തൃശൂർ • ഐ ജി റോഡ് കോഴിക്കോട് • മാവൂർ റോഡ് കോഴിക്കോട് • എൻ ജി ഒ യൂണിയൻ ബിൽഡിങ് കണ്ണൂർ • സെൻട്രൽ ബസ് ടെർമിനൽ കോംപ്ലക്സ് താവക്കര കണ്ണൂർ

---

CR - 1602 / 4115
ISBN - 978-93-83432-24-0

# പിശുക്കനെ പറ്റിച്ച പിശുപിശുക്കൻ

(ബാലസാഹിത്യം)

തമ്പാൻ തായിനേരി

ചിന്ത പബ്ലിഷേഴ്സ്
തിരുവനന്തപുരം-695 035

# തമ്പാൻ തായിനേരി

1956 ൽ പയ്യന്നൂരിനടുത്ത് തായിനേരിയിൽ ജനനം. അച്ഛൻ: കുണ്ടത്തിൽ കുഞ്ഞമ്പു. അമ്മ: യശോദ. കുറച്ചുകാലം സാധു ബീഡി കമ്പനിയിൽ ജോലി ചെയ്തു. *ദേശാഭിമാനി* വാരികയുടെ തുടക്കക്കാരുടെ പംക്തിയായ 'ബാലസംഘ' ത്തിൽ എഴുത്തിന് തുടക്കം കുറിച്ചു. തുടർന്നു *മാതൃ ഭൂമി*യുടെ ബാലപംക്തിയിലും ധാരാളം കഥകൾ പ്രസിദ്ധീ കരിച്ചു. 400 ൽ അധികം കഥകൾ മലയാളത്തിലെ ആനു കാലിക പ്രസിദ്ധീകരണത്തിൽ പ്രസിദ്ധീകരിച്ചു. ഇപ്പോഴും കഥകൾ നിരന്തരം എഴുതിക്കൊണ്ടിരിക്കുന്നു.


ഭാര്യ : ശ്യാമള

മകൾ : ആതിര

വിലാസം : പയ്യന്നൂർ പി ഒ<br>
കണ്ണൂർ ജില്ല

ഫോൺ : 9946135225

# ഉള്ളടക്കം

# 1

## തന്ത്രം ഫലിച്ചു

**കു**ഞ്ഞപ്പൻ തന്റെ പശുവിനെ അന്യരുടെ പറമ്പിലേക്കാണ് മേയാൻവിടുക. അന്യരുടെ വിളകൾ തിന്നാൽ തനിക്കെന്തു നഷ്ടം എന്ന ചിന്തയിലാണ് അയാൾ.

ഒരുദിവസം കുഞ്ഞപ്പൻ പശുവിനെ മേയാൻവിട്ടത് പപ്പൻകുട്ടിയുടെ വയലിലേക്കായിരുന്നു. വിളകൾ നശിപ്പിക്കുന്ന പശുവിനെ കണ്ടപ്പോൾ പപ്പൻകുട്ടിക്ക് കലികയറി. അയാൾ കല്ലെറിഞ്ഞ് പശുവിനെ ഓടിച്ചു.

പപ്പൻകുട്ടി കുഞ്ഞപ്പന്റെ അടുത്തെത്തി കോപത്തോടെ പറഞ്ഞു;

"എടോ തന്റെ പശു എന്റെ വിളകൾ മുഴുവനും നശിപ്പിച്ചു. ഇനി പശുവിനെ വയലിൽ കണ്ടാൽ തല്ലി കാലൊടിക്കും."

"പശുവിനെ മേയാൻവിട്ടത് മൈതാനത്താ... വയലിലേക്ക് പോകുന്നത് ഞാൻ കണ്ടതേയില്ല. ബുദ്ധിയില്ലാത്ത ജീവിയല്ലേ. പശുവിനുണ്ടോ വയലിൽ വിളകളാണെന്ന ബോധം." കുഞ്ഞപ്പൻ പറഞ്ഞു.

പിറ്റേദിവസം കുഞ്ഞപ്പൻ പശുവിനെ മേയാൻവിട്ടത് കുട്ടപ്പന്റെ വയലിലേക്കായിരുന്നു.

കുട്ടപ്പൻ നീളൻവടിയുമായി വന്ന് പശുവിനെ പൊതിരെ തല്ലി.

കുഞ്ഞപ്പൻ പറഞ്ഞു: “കുട്ടപ്പാ... പശുവിനെ അടിക്കല്ലേ.. പശു കയറുപൊട്ടിച്ച് വയലിൽ ഇറങ്ങിയതാ. വയലിൽ വിളകളാണെന്ന ബോധം പശുവിന് വേണ്ടേ. ബുദ്ധിയില്ലാത്ത ജീവിയല്ലേ ക്ഷമിക്കൂ.”

പപ്പൻകുട്ടിയും കുട്ടപ്പനും കുഞ്ഞപ്പനെ ഒരു പാഠംപഠിപ്പിക്കാൻ തീരുമാനിച്ചു.

ഒരുദിവസം അവർ സഞ്ചിയിൽ കുറച്ചു പുല്ലുമായി കുഞ്ഞപ്പന്റെ വീട്ടിലെത്തി.

പപ്പൻകുട്ടി പറഞ്ഞു: "കുഞ്ഞപ്പാ പശുവിന്റെ ബുദ്ധി വളരാൻ കുറച്ചു മരുന്നു പുല്ല് കൊണ്ടുവന്നിട്ടുണ്ട്. മരുന്നു പുല്ല് തിന്നാൽ പശുവിന്റെ ബുദ്ധി വളരും. അന്യരുടെ പറമ്പിൽ പശു കയറുകയുമില്ല."

"എങ്കിൽ പശുവിനെ കൊണ്ടുവരാം." കുഞ്ഞപ്പൻ പശുവിനെ അഴിച്ച് അവരുടെ മുൻപിൽ കൊണ്ടുവന്നു.

കുഞ്ഞപ്പൻ ഊറിച്ചിരിച്ചു. ബുദ്ധിയില്ലാത്ത വർഗം. തന്റെ തന്ത്രങ്ങൾ പാവങ്ങൾ വിശ്വസിച്ചിരിക്കുന്നു. പെട്ടെന്നായിരുന്നു പപ്പൻകുട്ടിയും കുട്ടപ്പനും കുഞ്ഞപ്പനെ ബലമായി പിടിച്ചത്.

"ദ്രോഹി... മരുന്നു പുല്ല് തിന്നേണ്ടത് നീയാ... ബുദ്ധി വളരേണ്ടതു നിനക്കാ."

അവർ കുഞ്ഞപ്പനെ പുല്ല് തീറ്റിക്കാൻ ശ്രമിച്ചു. കുഞ്ഞപ്പൻ ആർത്തുവിളിച്ചു.

"അയ്യോ... എന്നെ പുല്ല് തീറ്റിക്കല്ലേ... ഇനി മുതൽ ഞാൻ ആരേയും ദ്രോഹിക്കില്ല. എന്റെ ബുദ്ധി വളർന്നു."

അന്നുമുതൽ കുഞ്ഞപ്പൻ പശുവിനെ അന്യരുടെ വിളകളിൽ മേയാൻ വിടില്ല. തന്ത്രം ഫലിച്ചതിൽ പപ്പൻകുട്ടിയും കുട്ടപ്പനും സന്തോഷിച്ചു.

# 2

## പൂമ്പാറ്റയും കുഞ്ഞിപ്പൂക്കളും

**പു**ള്ളിപ്പൂമ്പാറ്റകൾ അമ്മച്ചെടികൾക്കു ചുറ്റും പാറിക്കളിച്ചു.

അപ്പോൾ കുഞ്ഞിപ്പൂക്കൾ പറഞ്ഞു:

"അമ്മേ, കണ്ടില്ലേ കോലൻ ചെടിയുടെ പൂക്കൾ പാറിക്കളിക്കുന്നു. ഞങ്ങൾക്കും അതുപോലെ പറക്കണം." കുഞ്ഞിപ്പൂക്കൾ ചിണുങ്ങി.

അമ്മച്ചെടി പറഞ്ഞു: "വയ്യാത്ത കാര്യത്തിന് വാശിപിടിക്കല്ലെ. നിങ്ങൾക്ക് അതുപോലെ പറക്കാൻ വയ്യ."

"കാറ്റേ... കാറ്റേ... ഞങ്ങളെയും പറക്കാൻ പഠിപ്പിക്കാമോ."

"അയ്യോ... ഞങ്ങൾക്ക് അതിന് ശക്തിയില്ല. മാമലക്കാട്ടിൽ പെരുംകാറ്റ് കൂത്താടുന്നുണ്ട്. ഞങ്ങൾ വിവരം പറയാം."

അലറിവന്ന പെരുംകാറ്റ് കുഞ്ഞിപ്പൂക്കളെയെല്ലാം തല്ലിക്കൊഴിച്ചു പറത്തി.

കുഞ്ഞിപ്പൂക്കൾ പൂമ്പാറ്റകൾക്കൊപ്പം പറന്നു. പിന്നെ മണ്ണിൽ തലകുത്തി വീണു കരഞ്ഞു.

മരക്കൊമ്പിൽനിന്നും കീരൻ തത്ത പറഞ്ഞു. "വയ്യാത്ത കാര്യങ്ങൾക്ക് വാശിപിടിച്ചാൽ ഇതായിരിക്കും ഗതി."

കിഴക്കുനിന്നും പാഞ്ഞുവന്ന വെയിലമ്മ അതു കണ്ടു ചിരിച്ചു.

കുഞ്ഞിപ്പൂക്കൾ കെഞ്ചി.

"അയ്യോ. ചുട്ടുപൊള്ളുന്നു. ഇത്തിരി വെള്ളം കിട്ടാൻ എന്താ മാർഗം."

"പടിഞ്ഞാറുനിന്നും മഴയപ്പൻ വരുന്നുണ്ട്. അവരോടു ചോദിക്കൂ.

കുഞ്ഞിക്കാലിൽ ചാടിച്ചാടി മഴയപ്പൻ വന്നു. മഴയപ്പൻ കുഞ്ഞിപ്പൂക്കളെയും എടുത്ത് കിഴക്കെ തോട്ടിലേയ്ക്കു പാഞ്ഞു.

അപ്പോൾ അമ്മേ... അമ്മേ എന്നുവിളിച്ചു കുഞ്ഞിപ്പൂക്കൾ കരഞ്ഞു.

തോട്ടിൽനിന്നും വാളൻ തവള വിളിച്ചു പറഞ്ഞു. "പറ്റാത്ത കാര്യത്തിന് വാശി പിടിക്കരുത്."

# 3

# മന്ത്രിയുടെ വിധി

**മ**ഹിഷപുരം രാജ്യത്തിലെ രാജാവാണ് ഇന്ദ്രസേനൻ. കൊട്ടാരവാസികൾ രാജാവിന്റെ അറുപതാം പിറന്നാൾ ഗംഭീരമായി ആഘോഷിക്കാൻ തീരുമാനിച്ചു. മന്ത്രി വീരസിംഹൻ പറഞ്ഞു. "പ്രഭോ സദ്യവട്ടങ്ങൾക്കുള്ള സാധനങ്ങൾ നാട്ടുകാരിൽനിന്നും ശേഖരിക്കണം. ഏറ്റവും വിശേഷപ്പെട്ടതും തൂക്കം കൂടിയതുമായ ഭക്ഷ്യവസ്തുക്കൾ കൊണ്ടുവരുന്ന ആൾക്ക് തക്ക വിലയും സമ്മാനങ്ങളും കൊടുക്കണം."

മന്ത്രിയുടെ അഭിപ്രായത്തോട് ഇന്ദ്രസേനൻ യോജിച്ചു.

അങ്ങനെ കുതിരവണ്ടികളിലും കാളവണ്ടികളിലുമായി ആളുകൾ ഭക്ഷ്യവസ്തുക്കളുമായി കൊട്ടാരത്തിൽ എത്തി. സാധനങ്ങളുടെ വിശേഷവും തൂക്കവും പരിശോധിക്കാൻ വിധികർത്താവായി രാജാവ് മന്ത്രിയെ ചുമതലപ്പെടുത്തി.

കുപ്പുസ്വാമി എന്ന വൃദ്ധൻ കൊണ്ടുവന്നത് ചെറിയ സഞ്ചിയിൽ കുറച്ച് അരി മാത്രമായിരുന്നു. മന്ത്രി കുപ്പുസ്വാമിയുടെ അരിയും തൂക്കി നോക്കി. കഷ്ടിച്ച് രണ്ടുകിലോ മാത്രം. വീരസിംഹൻ വിധിപ്രഖ്യാപിച്ചു.

"ഏറ്റവും വിശേഷപ്പെട്ടതും തൂക്കം കൂടിയതുമായ ഭക്ഷ്യവസ്തു കുപ്പുസ്വാമിയുടേതാണ്." കൂടിനിന്നവർ അമ്പരന്നു.

രാജാവ് കോപാകുലനായി.

“വീരസിംഹൻ എന്തു ഭ്രാന്താണ് പറയുന്നത്. നിങ്ങൾ നമ്മെ പരിഹസിക്കുകയാണോ.

“നോക്കൂ... നരേന്ദ്രൻ എന്ന കർഷകൻ മൂന്ന് കുതിരവണ്ടി നിറയെ വെള്ളരിക്കയും മത്തനും കൊണ്ടുവന്നിട്ടുണ്ട്.”

“പ്രഭോ... കുന്നിൻ മുകളിലുള്ള നരേന്ദ്രന്റെ തോട്ടത്തിൽ ഇത്രയും വെള്ളരിക്കയും മത്തനും വിളയാൻ കാരണം കുപ്പു

സ്വാമിയുടെ അധ്വാനമാണ്. ഒരു പകൽ മുഴുവൻ അധ്വാനിച്ചാൽ കുപ്പുസ്വാമിക്ക് നരേന്ദ്രൻ പ്രതിഫലം കൊടുത്തിരുന്നത് പത്തുപിടി അരി മാത്രമായിരുന്നു. അതിൽനിന്നും ശേഖരിച്ച അരിയാണ് കുപ്പുസ്വാമി രാജാവിന് കാഴ്ചയായി നൽകിയത്. അപ്പോൾ നരേന്ദ്രൻ കൊണ്ടുവന്ന ഭക്ഷ്യവസ്തുക്കളുടെ യഥാർഥ അവകാശി കുപ്പുസ്വാമിയാണ്. ഞാൻ തൂക്കിയത് അധ്വാനത്തിന്റെ ഭാരമാണ്." വീരസിംഹന്റെ വിശദീകരണം കേട്ടപ്പോൾ രാജാവ് സംതൃപ്തനായി.

# 4

# അനുസരണക്കേട് ആപത്ത്

**പൊ**ന്നുണ്ണികൾ മുട്ടയിൽനിന്നും പുറത്തു വന്നിട്ട് ഒരാഴ്ചയെ ആയുള്ളൂ. കീയൂ... കീയൂ.. എന്നു വിളിച്ചു കൂട്ടംതെറ്റാതെ നടക്കും. എന്തൊരു സ്നേഹത്തോടെയാണു അമ്മക്കോഴി പൊന്നുണ്ണികളെ വളർത്തുന്നത്. കണ്ണൊന്നു തെറ്റിയാൽ മതി പോക്കിരി പരുന്തു റാഞ്ചും.

പൊന്നുണ്ണികളെ ഒപ്പം നടത്തി അമ്മക്കോഴി മണ്ണിരക്കുട്ടികളെ ചിക്കിപ്പരതി.

ഒരു മണ്ണിരക്കുട്ടിയെ കൊത്തി എടുത്ത് അമ്മക്കോഴി വിളിച്ചു. "മക്കളെ... വാ..."

അമ്മക്കോഴിയുടെ കൊക്കിൽ കിടന്നു പിടയുന്ന മണ്ണിരക്കുട്ടിക്കു വേണ്ടി പൊന്നുണ്ണികൾ ഒച്ചവെച്ചു. കീയൂ... കീയൂ..

അമ്മക്കോഴി ചുറ്റിലും ഒന്നു കണ്ണോടിച്ചു.

എവിടെ ചിന്നുണ്ണി

അവൻ കുറച്ചകലെ കൂട്ടംപിരിഞ്ഞു കുഞ്ഞനുറുമ്പിനെ കൊത്തുകയാണ്. അവൻ അങ്ങനെയാണ്. കൂട്ടത്തിൽ കൂടില്ല.

അമ്മക്കോഴി സ്നേഹത്തോടെ വിളിച്ചു. "ചിന്നുണ്ണീ ചിന്നുണ്ണീ തനിച്ച് എങ്ങും പോവല്ലേ. പോക്കിരി പരുന്ത് തക്കംപാർത്തു ഇലവിൻ മുകളിൽ ഇരിപ്പുണ്ട്. തനിച്ച് ഇരതേടാൻ നിനക്ക് പ്രായം ആയില്ല." ചിന്നുണ്ണി... ഗമയിൽ പറഞ്ഞു.

"ഓ... എന്നെ പേടിപ്പിക്കണ്ട." അതും പറഞ്ഞ് ചിന്നുണ്ണി കൂസലില്ലാതെ മുൻപോട്ടു പോയി.

"ഓ... ഈ ചിന്നുണ്ണിയെക്കൊണ്ടു തോറ്റു. ഒരനുസരണയുമില്ല. തോന്നിയേടത്തു പോകും. കൂട്ടത്തിൽ കൂടുകയുമില്ല."

"കീയൂ.. കീയൂ... കീയൂ.."

ചിന്നുണ്ണിയുടെ കരച്ചിൽ അല്ലേ കേൾക്കുന്നത്. ചിന്നുണ്ണിക്ക് എന്തോ ആപത്തു പറ്റിയിട്ടുണ്ട്. അമ്മക്കോഴി പൊന്നുണ്ണികൾക്കു സിഗ്നൽ കൊടുത്തു. "ക്രൂ... ക്രൂ... ക്രൂ..."

സഞ്ചിപോലെ വിടർത്തിയ അമ്മക്കോഴിയുടെ ചിറകിനുള്ളിൽ പൊന്നുണ്ണികൾ ഓടിയൊളിച്ചു. പെട്ടെന്നായിരുന്നു അമ്മക്കോഴി ആ കാഴ്ച കണ്ടത്. ചിന്നുണ്ണിയെ കാലിൽ കൊളുത്തി പോക്കിരി പരുന്ത് പറന്നുയരുന്നു.

അമ്മക്കോഴി നിലവിളിച്ചുകൊണ്ട് പിന്നാലെ പാഞ്ഞു.

"കീയൂ... കീയൂ... കീയൂ..."

ചിന്നുണ്ണിയുടെ കരച്ചിൽ ഒടുവിൽ കേൾക്കാതായി. നിരാശയോടെ തിരിച്ചെത്തിയ അമ്മക്കോഴി പറഞ്ഞു. "കണ്ടില്ലേ ചിന്നുണ്ണിക്കു സംഭവിച്ചത്. അനുസരണക്കേടു കാണിച്ചാൽ ഇതായിരിക്കും ഗതി. എല്ലാവരും ഓർത്തു ജീവിച്ചോ..."

# 5

# പിശുക്കനെ പറ്റിച്ച പിശുപിശുക്കൻ

**ക**ടത്തുകാരൻ കോന്തുണ്ണിയും തെങ്ങുകയറ്റക്കാരൻ കിട്ടുണ്ണിയും അറു പിശുക്കന്മാരായിരുന്നു. ഒരിക്കൽ കോന്തുണ്ണി കിട്ടുണ്ണിയോടു ചോദിച്ചു.

"എന്റെ പറമ്പിലെ ചെറിയ തെങ്ങിൽനിന്ന് തേങ്ങയിടണം. എന്താ കൂലി?"

"തെങ്ങ് വലുതായാലും ചെറുതായാലും കൂലി പത്തുരൂപ." കിട്ടുണ്ണി പറഞ്ഞതുകേട്ട് കോന്തുണ്ണി ഞെട്ടിപ്പോയി.

പുഴയുടെ മറുകരയിലായിരുന്നു കോന്തുണ്ണിയുടെ പറമ്പ്. അക്കരെ കടക്കാൻ കിട്ടുണ്ണി കോന്തുണ്ണിയുടെ തോണിയിൽ കയറി. കോന്തുണ്ണി തോണി അക്കരയ്ക്കു തുഴഞ്ഞു. പുഴയുടെ പകുതിയായപ്പോൾ കോന്തുണ്ണി കിട്ടുണ്ണിയോടു പറഞ്ഞു.

"എന്റെ തോണിയിൽ അക്കരെ കടക്കാൻ ആറു രൂപയാണു കൂലി."

അതുകേട്ട് കിട്ടുണ്ണി ഞെട്ടിപ്പോയി. പുഴയിലേക്ക് സൂക്ഷിച്ചു നോക്കിയ അവൻ കരുതി. ഇനി പുഴയ്ക്ക് ആഴം കുറവാണ്. ഇറങ്ങി നീന്താം. കിട്ടുണ്ണി വേഗം തോണിയിൽ നിന്ന് പുഴയിലേക്കു ചാടി. പിന്നെ നീന്തി അക്കരെയെത്തി. പുറകെ കോന്തുണ്ണിയും എത്തി.

"നീ എന്തു പണിയാ കാണിച്ചത്, കിട്ടുണ്ണി?" കോന്തുണ്ണി ചോദിച്ചു. അപ്പോൾ മടിയിൽനിന്ന് മൂന്നുരൂപയെടുത്ത് കോന്തുണ്ണിക്കു കൊടുത്തിട്ട് കിട്ടുണ്ണി പറഞ്ഞു.

"ഞാൻ പുഴയുടെ പകുതിവരെയേ നിന്റെ തോണിയിൽ കയറിയിട്ടുള്ളൂ. അതുകൊണ്ട് ഇതാ പകുതിക്കൂലി!" കോന്തുണ്ണി ഒന്നും മിണ്ടിയില്ല. അവൻ വേഗം കോന്തുണ്ണിയുടെ പറമ്പിലെത്തി.

കോന്തുണ്ണി കാണിച്ചുകൊടുത്ത തെങ്ങിൽ കിട്ടുണ്ണി കയറി. തേങ്ങയെല്ലാം താഴെയിട്ടു. എന്നിട്ടയാൾ തെങ്ങിൽനിന്നിറങ്ങാൻ തുടങ്ങി. അപ്പോൾ താഴെനിന്ന കോന്തുണ്ണി വിളിച്ചുപറഞ്ഞു.

"കിട്ടുണ്ണീ ഒരു നിമിഷം നിൽക്കണേ..." കോന്തുണ്ണി പറഞ്ഞതുകേട്ട് കിട്ടുണ്ണി തെങ്ങിൽ പിടിച്ചുനിന്നു. അപ്പോഴേക്കും അവൻ തെങ്ങിന്റെ പകുതിവരെ എത്തിയിരുന്നു.

"കിട്ടുണ്ണീ ഇതാ അഞ്ചുരൂപ. ഇനി നീ ഇറങ്ങണ്ട. എന്റെ തോണിയിൽനിന്നു വെള്ളത്തിലേക്കു ചാടിയതുപോലെ എന്റെ തെങ്ങിൽ നിന്നും താഴേക്കു ചാടിക്കോ. പകുതി കൂലിയേ ഞാൻ തരൂ."

അതുകേട്ട് കിട്ടുണ്ണി ചമ്മിപ്പോയി. പിന്നീടൊരിക്കലും കിട്ടുണ്ണിയും കോന്തുണ്ണിയും പരസ്പരം കൂലിക്കു വാശിപിടിച്ചിട്ടില്ല.

# 6

## പെരുങ്കള്ളൻ കുടുങ്ങി

**സൂ**ര്യപുരത്ത് വിക്രമൻ എന്നൊരു കള്ളനുണ്ടായിരുന്നു. പക്ഷേ, അയാൾ കള്ളനാണെന്ന് ആർക്കും അറിയില്ല. ആർക്കും ഒരു സംശയവും തോന്നാത്ത വിധത്തിൽ അതിസമർഥമായാണ് വിക്രമന്റെ മോഷണം.

അങ്ങനെയിരിക്കെയാണ് കൊട്ടാരത്തിലെ പൂജാമുറിയിലുള്ള വിലപിടിച്ച സ്വർണമണി മോഷണം പോയത്. രാജഭടന്മാർ നാടെങ്ങും അന്വേഷിച്ചെങ്കിലും കള്ളനെ പിടികിട്ടിയില്ല. വൈകാതെ സൂര്യപുരത്തെ രാജാവ് ഒരു വിളംബരം പുറപ്പെടുവിച്ചു:

"ബുദ്ധിശാലികളേ... സമർഥന്മാരേ... നിങ്ങൾക്കായി ഒരു മത്സരം നടത്തുന്നു! കൊട്ടാരത്തിലെ നാലാം നിലയിലുള്ള പൂജാമുറിയിൽ ഒളിപ്പിച്ചുവച്ചിരിക്കുന്ന സ്വർണത്തളിക കണ്ടെടുക്കുന്നവർക്ക് നൂറു സ്വർണനാണയം സമ്മാനം!"

വിളംബരംകേട്ട് ധാരാളം ആളുകൾ കൊട്ടാരത്തിലെത്തി. തളിക കണ്ടുപിടിച്ചാൽ നൂറു സ്വർണനാണയമല്ലേ കിട്ടുന്നത്?

കൊട്ടാരത്തിലെത്തിയവരുടെ കൂട്ടത്തിൽ വിക്രമനുമുണ്ടായിരുന്നു.

വൈകാതെ മന്ത്രിയായ ധനരാജൻ മത്സരത്തെക്കുറിച്ച് പറഞ്ഞു:

“ഞാൻ ഓരോരുത്തരെയായി വിളിക്കും. അവർ നാലാം നിലയിലെത്തി പൂജാമുറി കണ്ടെത്തി തളിക എടുത്തുകൊണ്ട് തിരിച്ചുവരണം. ഏറ്റവും കുറഞ്ഞ സമയത്തിനുള്ളിൽ തളിക കൊണ്ടുവരുന്നവർക്ക് സമ്മാനം.”

അങ്ങനെ ഓരോരുത്തരായി നാലാം നിലയിലേക്കു പോയി. ചിലർക്കു പൂജാമുറി തന്നെ കണ്ടുപിടിക്കാൻ കഴിഞ്ഞില്ല. ചിലർ വളരെ പാടുപെട്ട് പൂജാമുറി കണ്ടുപിടിച്ചു. പക്ഷേ, തളിക കണ്ടുപിടിക്കാൻ കഴിഞ്ഞില്ല!

“ഇനി ഞാൻ കൂടി ഒരു കൈനോക്കാം!” വിക്രമൻ ഭവ്യതയോടെ പറഞ്ഞിട്ട് കൊട്ടാരത്തിന്റെ മുകളിലെത്തി. എന്നിട്ട് വളരെവേഗം തളികയുമെടുത്തുകൊണ്ട് തിരിച്ചുവന്നു!

കണ്ടുനിന്നവരെല്ലാം അതിശയിച്ചു. പോയി.

“ഹൊ, ഇയാളുടെ കഴിവ് അപാരം തന്നെ!”, അവർ പറഞ്ഞു.

പെട്ടെന്ന് മന്ത്രി കൽപ്പിച്ചു. “ഈ ബുദ്ധിമാനെ വേഗം പിടിച്ചുകെട്ടൂ!”

ഭടന്മാർ വേഗം വിക്രമനെ പിടിച്ചുകെട്ടി. അപ്പോൾ മന്ത്രി പറഞ്ഞു:

“എടാ പെരുങ്കള്ളാ, രാജാവിന്റെ സ്വർണമണി മോഷ്ടിച്ചതു നീയല്ലേ? ഒരിക്കൽ പൂജാമുറിയിൽ കയറിയവർക്കേ ഇത്ര എളുപ്പത്തിൽ അതുകണ്ടുപിടിക്കാൻ പറ്റൂ. ആ പെരുങ്കള്ളനെ പിടികൂടാനല്ലേ ഞങ്ങൾ ഈ മത്സരം നടത്തിയത്!”

അപ്പോഴാണ് വിക്രമന് മണ്ടത്തരം മനസിലായത്. രാജഭടന്മാരുടെ ഇടി കിട്ടുന്നതിനു മുൻപ് വിക്രമൻ കുറ്റം സമ്മതിച്ചു.

മഹാരാജാവ് ബുദ്ധിമാനായ മന്ത്രി ധനരാജന് നൂറു സ്വർണ നാണയങ്ങൾ നൽകി. എന്നിട്ടു പറഞ്ഞു:

“ഇങ്ങനെ ഒരു മത്സരം നടത്തി.

“കള്ളനെ കണ്ടുപിടിച്ച താങ്കളുടെ ബുദ്ധി അപാരം തന്നെ!”

വൈകാതെ വിക്രമനെ തുറുങ്കിലടച്ചു.

# 7

## പങ്ങന്റെ ഉപദേശം

**കു**ഞ്ചൻ മുയൽ നല്ല അധ്വാനശീലനായിരുന്നു. അവൻ കാക്കച്ചിവയൽ നിറയെ വെള്ളരി നട്ടു. വെള്ളരിക്ക പാകമായി. ഒരുദിവസം കുഞ്ചൻ വെള്ളരി പറിക്കാനായി കാക്കച്ചി വയലിലേക്ക് പോയി. അവിടെ കണ്ട കാഴ്ച! ഒരു വെള്ളരിക്കപോലും കാണാനില്ല. എല്ലാം കള്ളൻ കൊണ്ടുപോയിരിക്കുന്നു. പാവം കുഞ്ചന് സങ്കടം സഹിക്കാനായില്ല. കഷ്ടപ്പെട്ട് അധ്വാനിച്ചതിന്റെ ഫലമല്ലേ കള്ളൻ കൊണ്ടുപോയത്. എത്ര ചിന്തിച്ചിട്ടും കള്ളനെ കണ്ടുപിടിക്കാൻ ഒരു മാർഗവും കണ്ടില്ല:

ഒരുദിവസം പോത്തൻകാട്ടിലേക്ക് പോകുമ്പോഴായിരുന്നു വഴിയരികിൽ കുറെ വെള്ളരിക്കകൾ കൂട്ടിയിട്ടിരിക്കുന്നത് കുഞ്ചൻ കണ്ടത്. അത് കാരിക്കുരങ്ങന്റെ വെള്ളരിക്കച്ചവടമായിരുന്നു. മുഴുത്തു പഴുത്ത വെള്ളരിക്കകൾ കണ്ടപ്പോൾ കുഞ്ചൻ അവിടെ നിന്നു. അപ്പോഴതാ... കൂട്ടത്തിൽനിന്നും പങ്ങൻ വെള്ളരിക്ക കരയുന്നു.

"കുഞ്ചൻ ചേട്ടാ.. കുഞ്ചൻ ചേട്ടാ. ഒരു രഹസ്യം പറയാം... ഞങ്ങളെ മോഷ്ടിച്ച് കാരിക്കുരങ്ങന് വിറ്റത് ആ കള്ളൻ കടുവ, പങ്കനാ... കുഞ്ചൻ ചേട്ടൻ അധ്വാനിച്ചതിന്റെ ഫലം അനുഭവിക്കുന്നത് ആ കള്ളൻ പങ്കനാ... ഈ വിധത്തിൽ വളർത്തിയതിന് ഞങ്ങൾക്ക് കുഞ്ചൻ ചേട്ടനോട് നന്ദിയുണ്ട്. പക്ഷേ, പറഞ്ഞി

ട്ടെന്തു കാര്യം."

ഹമ്പടാ.. പങ്കൻ കള്ളാ... നിന്നെ ഒരു പാഠംപഠിപ്പിച്ചിട്ടു കാര്യം. കടുവാ പങ്കനുമുണ്ട് ഒരു വയൽ നിറയെ വെള്ളരിക്കൃഷി. പക്ഷേ, അത് വിളവെടുപ്പിന് പാകമായിട്ടില്ല.

ഏതു വിധത്തിലെങ്കിലും കടുവാ പങ്കനോട് പ്രതികാരം ചെയ്യുക തന്നെ. ഒരു രാത്രി കുഞ്ചൻ പമ്മിപ്പമ്മി കടുവാ പങ്കന്റെ

വെള്ളരിത്തോട്ടത്തിലേക്കു പോയി. തടത്തിൽ നിറയെ വെള്ളരിക്കുഞ്ഞുങ്ങൾ. എല്ലാറ്റിന്റെയും കഴുത്തു മുരടി ശരിപ്പെടുത്തിയിട്ടു കാര്യം കുഞ്ചൻ പതുക്കെ പങ്ങൻ വെള്ളരിയുടെ കഴുത്തു മുരടാൻ തുടങ്ങി.

"അയ്യോ.. ചേട്ടാ.. കൊല്ലല്ലേ..." വെള്ളരിക്കുഞ്ഞുങ്ങൾ നിലവിളിച്ചു.

"ആ പങ്കൻ എന്റെ വെള്ളരിക്ക മുഴുവൻ കൊണ്ടുപോയി. ഇനി നിങ്ങളെയും ഇവിടെ വെച്ചേക്കില്ല. എങ്കിലേ എന്റെ പ്രതികാരം തീരൂ." കുഞ്ചൻ അരിശത്തോടെ പറഞ്ഞു.

"ചേട്ടാ... ചേട്ടാ.. നശീകരണം ആർക്കും ഒരു ഗുണവും ചെയ്യില്ല. പെട്ടെന്നുള്ള പ്രതികാരം ഒന്നിനും പരിഹാരവുമല്ല. ആ കള്ളൻ പങ്കൻ കുറച്ചുകൂടി അധ്വാനിക്കട്ടെ. അപ്പോൾ ഞങ്ങൾ ഒരുവിധം പ്രായമാകും. അപ്പോൾ ചേട്ടൻ വന്ന് ഞങ്ങളെക്കൊണ്ടുപൊയ്ക്കോളൂ. ഞങ്ങളെ കൊണ്ട് വല്ലവർക്കും ഗുണം കിട്ടുകയും ചെയ്യും. അതല്ലേ ചേട്ടാ ബുദ്ധി." കുഞ്ചന്റെ പ്രതികാരം തണുത്തു. പെട്ടെന്നുള്ള പ്രതികാരം ആർക്കും ഗുണകരമാവില്ല. അങ്ങനെ കുഞ്ചൻ വെള്ളരിക്കുഞ്ഞുങ്ങളോട് യാത്രപറഞ്ഞ് പോത്തൻക്കാട്ടിലേക്ക് പോയി. ഒരുമാസത്തിനുശേഷം കുഞ്ചൻ പങ്കന്റെ വെള്ളരിക്കകൾ പറിച്ചു കൊണ്ടുപോയി. അധ്വാനിച്ചതിന്റെ ഫലം നഷ്ടമായതിന്റെ വേദന പങ്കന് ബോധ്യമാവുകയും ചെയ്തു.

# 8

# പുങ്കൻ ആമ

**പു**ങ്കൻ ആമ നീന്തലും നീരാട്ടും കഴിഞ്ഞ് കോരപ്പുഴയിൽനിന്നു കരയ്ക്കു കയറി. 'ഇനി കുറച്ചു വെയിൽ കായാം.' പുങ്കൻ ഓർത്തു. അപ്പോഴാണ് തോളിലൊരു സഞ്ചിയും തൂക്കി കീരൻ കുരങ്ങന്റെ വരവ്.

"ആരാ കീരനോ, എന്താ വിശേഷിച്ച് പുഴക്കരയിൽ? കുളിക്കാൻ വല്ല ഉദ്ദേശവുമുണ്ടോ? പുങ്കൻ ചോദിച്ചു.

"ഏയ് ഇല്ലില്ല. വേറെ ചില പരിപാടികളൊക്കെ ഉണ്ട്. അതിന് പുങ്കനെ കാണാനാ ഞാൻ വന്നത്." കീരൻ പറഞ്ഞു.

"ങേ, എന്നെ കാണാനോ? പുങ്കന് അത്ഭുതമായി.

"അതെ ഓണാഘോഷങ്ങളുടെ ഭാഗമായി ഞങ്ങൾ ഒരു മത്സരം നടത്തുകയാ. ചിന്നൻ കുതിര, പങ്കൻ ആന, കണ്ടൻ മുയൽ ഇവരൊക്കെ പങ്കെടുക്കുന്നുണ്ട്. അവരോടൊപ്പം പുങ്കനും ഓട്ടമത്സരത്തിൽ പങ്കെടുക്കണം." കീരൻ പറഞ്ഞു. പുങ്കനതു കേട്ട് ദേഷ്യം വന്നു.

"എന്തിനാ, പരസ്യമായി എന്നെ കളിയാക്കാനുള്ള മത്സരമാണോ നിങ്ങൾ നടത്തുന്നത്?" പുങ്കൻ ചോദിച്ചു. അതുകേട്ട് കീരൻ ചിരിച്ചുകൊണ്ടു പറഞ്ഞു.

"അല്ല. നിന്നെ ജയിപ്പിക്കാനാ മത്സരം. ഇതുകണ്ടോ. ഈ കുപ്പിയിലെ രസായനം കുറച്ചു കഴിച്ചിട്ട് കുതിച്ചോടിയാൽ പുങ്കൻ

തന്നെ ജയിക്കും. ഇതു ഞങ്ങൾ നിനക്കു മാത്രമെ തരൂ." കീരൻ സഞ്ചിയിൽ നിന്ന് ഒരു കുപ്പിയെടുത്ത് പുങ്കനെ കൊടുത്തു. പുങ്കന് സന്തോഷമായി.

"എങ്കിൽ ഓകെ."

"നാളെ വെളുപ്പിന് കോരപ്പുഴയുടെ തീരത്തുള്ള മൈതാനത്തു വച്ചാ മത്സരം. ഇതാ, ഈ രസായനം കൊണ്ടുപൊയ്ക്കോ. അതുകഴിച്ചിട്ട് നേരത്തെ എത്തണം. കന്നിപ്പാറയുടെ മുകളിൽ ആദ്യം ഓടി എത്തുന്നവർക്കാ മത്സരത്തിൽ സമ്മാനം." കീരൻ പറഞ്ഞു. 'ങേ സമ്മാനവുമുണ്ടോ!' പുങ്കന് സന്തോഷമടക്കാനായില്ല.

പിറ്റേന്ന് വെളുപ്പിന് തന്നെ പുങ്കൻ കോരപ്പുഴയുടെ തീരത്തുള്ള മൈതനത്തിലെത്തി. അവിടെ മറ്റുള്ളവരും അപ്പോഴേക്കും എത്തിയിരുന്നു. "ചിന്നൻ കുതിരയും പങ്കൻ ആനയും കണ്ടൻ മുയലും ഓടാൻ റെഡിയായി നിൽക്കുന്നു. മത്സരം നിയന്ത്രിക്കാൻ കീരൻ കുരങ്ങനും തയാറായിനിന്നു. തൊട്ടടുത്ത മരത്തിൽ ഒരു ക്യാമറയും പിടിച്ച് വാസു കുരങ്ങുമുണ്ട്.

മടിച്ചുമടിച്ച് പുങ്കനും ഓട്ടക്കാരുടെ അടുത്തു ചെന്നുനിന്നു. കീരൻ കുരങ്ങൻ പറഞ്ഞു. മത്സരം ആരംഭിക്കുന്നു. "റെഡി വൺ ടൂ ത്രീ.. സ്റ്റാർട്ട്"

എല്ലാവരും ഓടെടാ ഓട്ടം. ഏറ്റവും പുറകിൽ പുങ്കനും വച്ചുപിടിച്ചു. കുറച്ചുകഴിഞ്ഞപ്പോൾ ചിന്നൻ കുതിര തളർന്നു നിൽപ്പായി. പങ്കൻ ആനയും കുഴഞ്ഞ് അനങ്ങാനാകാതെ നിന്നു. കണ്ടൻ മുയലും കിതച്ചു കിതച്ച് വീണു. പുങ്കനു മാത്രം ഒരു കുഴപ്പവുമില്ല. നല്ല ഉന്മേഷവുമുണ്ട്. അവൻ കാലുകൾ കഴിയുന്നത്ര നീട്ടിവച്ച് ഓടി. കന്നിപ്പാറയുടെ മുകളിലെത്തി. എന്നിട്ട് തിരിഞ്ഞു നോക്കി ഉറക്കെ വിളിച്ചു പറഞ്ഞു.

"ഓട്ടക്കാരെ തോൽപ്പിച്ചേ.. ഓട്ടക്കാരെ തോൽപ്പിച്ചേ.."

പെട്ടെന്ന് കീരൻ കുരങ്ങൻ ഉറക്കെ വിളിച്ചു പറഞ്ഞു. "കട്ട്!" അതോടെ മരത്തിലിരുന്ന് ഫോട്ടോയെടുത്തിരുന്ന വാസുക്കുരങ്ങൻ താഴേക്കു ചാടി വന്നു. പുറകെ ചിന്നൻ കുതിരയും പങ്കൻ ആനയും കണ്ടൻ മുയലും ഓടിയെത്തി. 'ങേ ഈ കുതിരയ്ക്കും ആനയ്ക്കും മുയലിനും ഇപ്പോഴൊരു ക്ഷീണവുമില്ലല്ലോ. പുങ്കൻ ഓർത്തു.

“എടോ പുങ്കനാമേ, നീ അത്ര കേമനൊന്നുമല്ല. ഇപ്പോൾ നടന്നത് ഓട്ടമത്സരമല്ല, കീരൻ സൺസിന്റെ കുരങ്ങുരസായന ത്തിനുവേണ്ടിയുള്ള പരസ്യത്തിന്റെ ചിത്രീകരണമാ. അതിൽ അഭിനയിച്ചതാ ഈ കുതിരയും ആനയും മുയലും മനസി ലായോ?” അതുകേട്ട് പുങ്കനാമ അന്തംവിട്ടുനിന്നപ്പോൾ കീരൻ കുരങ്ങൻ പറഞ്ഞു.

“ഷൂട്ടുംഗ് തീർന്നില്ല. ഇതിന്റെ സമ്മാനം വാങ്ങുന്ന ചടങ്ങു കൂടിയുണ്ട്. സമ്മാനം വാങ്ങുമ്പോൾ നീ പറയണം, ഈ ഓട്ടമ ത്സരത്തിൽ ഞാൻ വിജയിച്ചതിന്റെ രഹസ്യം കീരൻ സൺസിന്റെ കുരങ്ങുരസായനം!”

കീരന്റെ വിശദീകരണം കേട്ടപ്പോൾ പുങ്കനാമ നാണിച്ച് തല കുനിച്ചു പോയി.

# 9

# ഉണ്ടപ്പൻ മുയലിന്റെ മിമിക്രി

**താ**ലോലം കാട്ടിൽ ഉണ്ടപ്പൻ എന്നൊരു വികൃതിയായ മുയൽ ഉണ്ടായിരുന്നു. ഉണ്ടപ്പൻ മുയലിന് മിമിക്രിവിദ്യ നല്ല വശമായിരുന്നു. ഏത് മൃഗങ്ങളുടേയും ശബ്ദം അനുകരിക്കാനറിയാം. സിംഹത്തിന്റെ ഗർജനം, കടുവയുടെ മുരൾച്ച, ആനയുടെ ചിന്നം വിളി, കുറുക്കന്റെ ഓരിയിടൽ അങ്ങനെയെല്ലാം ഉണ്ടപ്പൻ അനുകരിക്കും.

മിമിക്രിവിദ്യക്കൊണ്ട് മൃഗങ്ങളെ ഭയപ്പെടുത്തുന്നത് ഉണ്ടപ്പൻ പതിവാക്കി.

ഒരു സന്ധ്യക്ക് ഉണ്ടപ്പൻ പതിവുപോലെ മിമിക്രി പരിപാടിക്ക് വട്ടംകൂട്ടി. അവൻ ഒരു കുറ്റിക്കാട്ടിൽ ഒളിച്ചിരുന്നു. പെട്ടെന്നായിരുന്നു ഉണ്ടപ്പൻ ആ കാഴ്ച കണ്ടത്. ഒരു കൂട്ടം മാൻകുട്ടികൾ കാട്ടിലൂടെ സവാരി ചെയ്യുന്നു. "കൊള്ളാം! ഇപ്പോൾ കുറുക്കന്റെ ഓരിയിടൽ ഒന്ന് പയറ്റാം. മണ്ടന്മാരായ മാനുകൾ പേടിച്ച് ഓടട്ടെ. കാണാൻ നല്ല രസമായിരിക്കും." ഉണ്ടപ്പൻ തന്നത്താൻ പറഞ്ഞു.

ഈ സമയത്തായിരുന്നു താലോലം കാട്ടിൽ നാണുപ്പുലി കാഴ്ചകൾ കാണാൻ എത്തിയത്. നാണുപ്പുലിക്കാണെങ്കിൽ വയറു വല്ലാതെ വിശക്കുകയും ചെയ്യുന്നു. ഒരു അണ്ണാനെപ്പോലും കാണാനില്ലല്ലോ! ഏതായാലും കുറ്റിക്കാട്ടിൽ ഒളിച്ചിരിക്കാം.

അങ്ങനെ നാണുപ്പുലി ഒരു കുറ്റിക്കാട്ടിൽ പമ്മി ഇരുന്നു.

പെട്ടെന്നായിരുന്നു നാണുപ്പുലി ആ ഒച്ച കേട്ടത്. ഒരു കുറുക്കന്റെ ഓരിയിടൽ. "സബാഷ്! കോള് ഒത്തുകിട്ടി" എന്നു പറഞ്ഞുകൊണ്ട് നാണുപ്പുലി അടുത്ത കുറ്റിക്കാട്ടിലേക്ക് ഒറ്റച്ചാട്ടം! നാണുപ്പുലിയുടെ കടി ഉണ്ടപ്പന്റെ കഴുത്തിനു തന്നെ കൊണ്ടു.

"അയ്യോ, കൊല്ലല്ലേ.... നാണുച്ചേട്ടാ, ഞാൻ കുറുക്കനല്ല, ഉണ്ടപ്പൻ മുയലാ."

നാണുപ്പുലി പൊട്ടിച്ചിരിച്ചു. "ഹ, ഹ, ഹ! ഞാൻ വിചാരിച്ചു കുറുക്കനാണെന്ന്. നീയെങ്കിൽ നീ... വയറു വല്ലാതെ വിശക്കുന്നു...!"

"അയ്യോ, നാണുച്ചേട്ടാ എന്നെ കൊല്ലല്ലേ... പോത്തൻ പാറയിൽ ധാരാളം കുറുക്കന്മാർ ഉണ്ട്. അവിടെ പോയാൽ നാണുച്ചേട്ടന് വയറു നിറച്ച് മടങ്ങാം. എന്നെ തിന്നിട്ട് എന്താവാനാ?"

നാണുപ്പുലിക്ക് പാവം തോന്നി. ഉണ്ടപ്പൻ മുയലിനെ വിട്ടയച്ചു. പുലിയുടെ പിടിയിൽനിന്നും ഓടിപ്പോയ ഉണ്ടപ്പനെ പിന്നീട് ആരും താലോലം കാട്ടിൽ കണ്ടിട്ടേയില്ല!

# 10

## പുതിയ ബോധം

**കേ**ശവപുരം ഗ്രാമത്തിലെ കുപ്രസിദ്ധമായ കൊള്ളക്കാരനായിരുന്നു പുലികേശു. രാത്രികളിൽ പാവപ്പെട്ട ഗ്രാമീണരുടെ വീടുകളിൽ കയറി രൂപയും സ്വർണവും മോഷ്ടിക്കുക അയാളുടെ നിത്യത്തൊഴിലായിരുന്നു.

ഭർത്താവിന്റെ ഈ ചീത്ത പ്രവൃത്തിയോട് ഭാര്യക്കു കടുത്ത അമർഷമായിരുന്നു. അവർ പുലികേശുവിനെ കുറെ ഉപദേശിച്ചതാണ്. എന്നിട്ടും യാതൊരു ഫലവുമുണ്ടായില്ല.

ഒരുദിവസം പുലികേശുവിന്റെ മകൻ കരഞ്ഞുകൊണ്ടായിരുന്നു സ്കൂളിൽനിന്നും വീട്ടിലെത്തിയത്. കരഞ്ഞുകൊണ്ടു നിൽക്കുന്ന മകനോട് അവർ ചോദിച്ചു...

"മോനെന്തിനാ കരയുന്നെ?"

വിങ്ങിക്കരഞ്ഞുകൊണ്ട് അവൻ പറഞ്ഞു.

"മാഷ് ഓരോ കുട്ടികളോടും അച്ഛന് ജോലി എന്താ...ന്ന് ചോദിച്ചു. എല്ലാ കുട്ടികളും അച്ഛന്മാരുടെ ജോലി പറഞ്ഞു. എന്നോട് ചോദിച്ചപ്പോ.. ഒരു കുട്ടി പറയുവാ.. അവന്റെ അച്ഛൻ കള്ളനാ മാഷേന്ന്."

മകൻ സങ്കടംകൊണ്ടു വിങ്ങിക്കരയുന്നതു കണ്ടപ്പോൾ അമ്മയുടെ മനസിലും ഖേദം നിറഞ്ഞു.

രാത്രിയിൽ ആ മനുഷ്യൻ വന്നു കയറിയാൽ മകനുണ്ടായ

മാനക്കേട് തുറന്നുപറയണമെന്ന് അവർ ഉറച്ചു.

അന്നു രാത്രി അയാൾ ഏതോ വീട്ടിൽനിന്നും മോഷ്ടിച്ച വസ്തുക്കൾ തെക്കെ മുറിയിലെ ഇരുമ്പുപെട്ടിയിൽ കൊണ്ടു വെച്ചു. അയാൾ മോഷ്ടിച്ച വസ്തുക്കളെല്ലാം സൂക്ഷിക്കുന്നത് തെക്കേ മുറിയിലെ ഇരുമ്പു പെട്ടിയിലാണ്. മകന് സ്കൂളിൽ നിന്നും നേരിട്ട അപമാനം അമ്മ പുലികേശുവിനെ ധരിപ്പിച്ചു.

അയാൾ അതുകേട്ട് ചിരിച്ചതേയുള്ളൂ.

അവർ പറഞ്ഞു – "നിങ്ങൾ മോഷണം അവസാനിപ്പിക്കണം, മറ്റെന്തെങ്കിലും ജോലി ചെയ്തു മാന്യമായി ജീവിച്ചുകൂടേ?

എത്ര സാധുക്കളാ നിങ്ങൾകാരണം കഷ്ടത്തിലാവുന്നത്."

പുലികേശു അവരുടെ ഉപദേശമൊന്നും ചെവിക്കൊണ്ടില്ല. അയാൾ അപ്പോഴും തന്റെ വലിയ മീശ വിറപ്പിച്ചു ചിരിച്ചതേയുള്ളൂ.

പുലികേശു തന്റെ മോഷണം അനുദിനം ശക്തിപ്പെടുത്തിക്കൊണ്ടിരുന്നു

ദിവസങ്ങൾ അങ്ങനെ കുറച്ചു കടന്നു പോയി. ഒരു പുലർച്ചെ തെക്കെ മുറിയിൽനിന്നും പുലികേശുവിന്റെ ഉറക്കെയുള്ള വിളി കേട്ടാണ് അവർ ഉറക്കമുണർന്നത്. അകത്തു ചെന്നപ്പോൾ പരിഭ്രാന്തനായി നിൽക്കുന്ന പുലികേശുവിനെയാണ് കണ്ടത്.

മുറിയിൽ പെട്ടി കാണാനില്ല.

പുലികേശു ആകെ വിയർത്തു.

"ദേ പെട്ടി... കാണാനില്ല.. സ്വർണവും പണവുമെല്ലാം ആ പെട്ടിയിലാ..."

അയാൾ സങ്കടത്തോടെ പറഞ്ഞു.

അവർ ഭർത്താവിന്റെ ദുഃഖം കണ്ട് ഉള്ളാലെ സന്തോഷിച്ചു.

"കള്ളൻ കയറി സമ്പാദ്യങ്ങളെല്ലാം കൊണ്ടുപോയി. ഇനി എന്തു ചെയ്യും.."

അയാൾ നെഞ്ചത്തടിച്ചു പൊട്ടിക്കരഞ്ഞു.

ഭർത്താവിന്റെ ദൈന്യമാർന്ന മുഖം കണ്ടപ്പോൾ അവരുടെ മുഖത്ത് സന്തോഷം നിറഞ്ഞു.

തന്റെ സമ്പാദ്യങ്ങളെല്ലാം നഷ്ടപ്പെട്ടതറിഞ്ഞിട്ടും സന്തോഷിക്കുന്ന അവരുടെ നേരെ അയാൾക്ക് അരിശം തോന്നി.

"കഷ്ടപ്പെട്ടുണ്ടാക്കിയ പണം നഷ്ടപ്പെട്ടപ്പോഴുള്ള സങ്കടം ഇപ്പോഴെങ്കിലും നിങ്ങൾ അനുഭവിച്ചല്ലോ."

"ഇനി എന്റെ കൂടെ വരൂ."

അവർ പറഞ്ഞു

അയാൾ അവരുടെ പിന്നാലെ നടന്നു. അവർ മറ്റൊരു മുറിയിലെത്തി.

മുറിയിൽ തന്റെ കറുത്തപെട്ടി ഭദ്രമായിരിക്കുന്നത് പുലികേശു കണ്ടു. അയാളുടെ മനസിൽ ആഹ്ലാദം നിറഞ്ഞു.

അവർ രഹസ്യം വെളിപ്പെടുത്തി.

"ഇതൊക്കെ ഞാൻ ചെയ്തതാണ്. സാധുക്കൾ കഷ്ടപ്പെട്ടുണ്ടാക്കിയ പണം കളവുപോവുമ്പോഴുള്ള വേദന ഇപ്പോഴെങ്കിലും നിങ്ങൾ അനുഭവിച്ചല്ലോ. അതുകൊണ്ട് ഇനിയെങ്കിലും ഈ മോഷണം നിങ്ങൾ അവസാനിപ്പിക്കണം."

അവരുടെ അപേക്ഷ കേട്ടപ്പോൾ അയാളുടെ മനസിൽ ഒരു പുതിയ ബോധം ഉണർന്നു.

അയാൾ പറഞ്ഞു.

ഇന്നുമുതൽ ഞാൻ മോഷണം അവസാനിപ്പിക്കുന്നു. ഞാൻ ഒരു പുതിയ മനുഷ്യനായി ജീവിക്കാം.

അന്നു മുതൽ പുലികേശുവിന്റെ കുടുംബം ആഹ്ലാദത്തോടെ ജീവിച്ചു.

# 11

## കണ്ണൻമുയലും തൊട്ടാവാടികളും

**പേ**രമരത്തിന്റെ ചുവട്ടിലാണ് കണ്ണൻ മുയലിന്റെ താമസം. അവിടെയാണ് തൊട്ടാവാടി കുട്ടികളും താമസിക്കുന്നത്.

ഒരിക്കൽ കണ്ണൻ മുയൽ പനയം കാട്ടിൽ തീറ്റയ്ക്ക് പുറപ്പെടുകയായിരുന്നു. നാലുകാലിൽ ഒറ്റച്ചാട്ടം. അബദ്ധത്തിൽ മറിഞ്ഞു വീണത് തൊട്ടാവാടിച്ചെടികളുടെ ദേഹത്തും. തൊട്ടാവാടികളുടെ മുള്ളുകൾ കണ്ണൻ മുയലിന്റെ ദേഹത്തു തറച്ചു കയറി. അതോടെ കണ്ണൻ മുയൽ ക്ഷുഭിതനായി.

ഉപദ്രവകാരികൾക്ക് ഇവിടെ സ്ഥാനമില്ല. ദ്രോഹികൾ... പേര മരത്തിൽ ചുറ്റിയ തൊട്ടാവാടികളെ കണ്ണൻ മുയൽ അരിശത്തോടെ ചുറ്റിവലിച്ചു. "അയ്യോ ചേട്ടാ കൊല്ലല്ലേ... സ്വയം വരുത്തിയ അബദ്ധത്തിന് ശിക്ഷ ഏറ്റുവാങ്ങേണ്ടത് ഞങ്ങളാണോ? ഞങ്ങളെക്കൊണ്ട് ചിലർക്ക് ഗുണങ്ങൾ ഉണ്ട് ചേട്ടാ?"

കണ്ണൻ മുയൽ പരിഹാസത്തോടെ ചിരിച്ചു. "ഹി.. ഹി... ക്ഷുദ്ര ജീവികൾ... ദേഹം മുഴുവൻ മുഴുത്ത മുള്ളുകളുമായി കിടക്കുന്ന നിങ്ങളെ ക്കൊണ്ട്, ആർക്ക് എന്ത്ഗുണം?" കണ്ണൻ മുയൽ പറഞ്ഞു. "എനിക്ക് തീറ്റസമയമായി. തീറ്റ കഴിഞ്ഞു വരട്ടെ ഇവിടെ ഒന്നിനെയും വെച്ചേക്കില്ല." അത്രയും പറഞ്ഞ് കണ്ണൻ മുയൽ നാലുകാലിൽ ചാടി.

കണ്ണൻ മുയലിന്റെ പിടിവലിയിൽ പരിക്കുപറ്റിയ തൊട്ടാവാ

ടിക്കുട്ടികൾ പേരമരച്ചേട്ടന്റെ ശരീരത്തോട് ചാഞ്ഞു. തിരിച്ചുവന്ന് ഇനി എന്തെല്ലാം ഉപദ്രവങ്ങളാവും കണ്ണൻ മുയൽ കാട്ടിക്കൂട്ടുക.

പനയംകുന്നിലെ തീറ്റയും കഴിഞ്ഞ് കണ്ണൻ മുയൽ സന്ധ്യയോടെ തിരിച്ചുവന്നു. പരിഭ്രമത്തോടെ തൊട്ടാവാടിക്കുട്ടികൾ പേരമരച്ചേട്ടന്റെ ശരീരത്തിൽ അള്ളിപ്പിടിച്ചു. "അയ്യോ! ഒന്നിനെയും കാണുന്നില്ലല്ലോ. ഇവറ്റകളൊക്കെ എവിടെപ്പോയി. എന്തൊ സംഭവിച്ചിട്ടുണ്ട്. ഇപ്പൊഴാ ഇവറ്റകളുടെ ആവശ്യം വന്നത്.

"എന്താ ചേട്ടാ. ആവശ്യം. ഞങ്ങൾ ഇവിടെ തന്നെയുണ്ട്." തൊട്ടാവാടി കുട്ടികൾ പറഞ്ഞു.

"പനയംകുന്നിൽ കടുവച്ചേട്ടൻ ഇറങ്ങിയിട്ടുണ്ട്. പേടിച്ചോടുമ്പോൾ കല്ലിൽ തട്ടി വീണു. കാലിൽ വലിയൊരു മുറിവ് പറ്റി. കുഞ്ഞിപ്പുഴയിലെ പൊങ്ങൻ മുതലയാ മുറിവു ഉണങ്ങാനുള്ള ഔഷധം നിർദേശിച്ചത്. തൊട്ടാവാടികളുടെ ഇലകൾ അരച്ച് മുറിവിൽ പുരട്ടുക. മുതല വൈദ്യരുടെ നിർദേശമാ."

അപ്പോൾ തൊട്ടാവാടിക്കുട്ടികൾ പറഞ്ഞു.

"ചേട്ടന് ഇപ്പൊഴെങ്കിലും മനസിലായോ, പെട്ടെന്നുള്ള കോപംകൊണ്ട് ഒന്നും നശിപ്പിക്കരുത്. ഞങ്ങളുടെ ദോഷം മാത്രമേ ചേട്ടൻ കണ്ടുള്ളൂ. ആദ്യം തിരിച്ചറിയേണ്ടത് ഗുണങ്ങളാണ്. അനുഭവം വന്നപ്പോഴാണല്ലോ അത് തിരിച്ചറിഞ്ഞത്."

# 12

## യുദ്ധക്കൊതിയൻ രാജാവ്

**പാ**ണ്ടിപുരത്തെ രാജാവായിരുന്നു പാണ്ടിരംഗൻ. സ്വന്തം രാജ്യത്തെ ജനങ്ങളെക്കുറിച്ച് ഒരു ചിന്തയുമില്ല. അയൽപക്കത്തെ ചെറിയ രാജ്യങ്ങളോട് യുദ്ധംചെയ്യുക എന്നതായിരുന്നു പാണ്ടിരംഗന്റെ പരിപാടി. യുദ്ധത്തിന് വേണ്ടി രാജ്യത്തിന്റെ സമ്പത്ത് എത്ര വേണമെങ്കിലും ചിലവഴിക്കും.

അങ്ങനെ ഓരോ രാജ്യങ്ങളും പാണ്ടിരംഗൻ പിടിച്ചടക്കി.

ഒരിക്കൽ സൈന്യാധിപനായ വിക്രമനെ വിളിച്ച് രാജാവ് ചോദിച്ചു.

"ജനങ്ങൾക്കു നമ്മോടുള്ള മനോഭാവം എങ്ങനെ."

"അങ്ങയുടെ കീർത്തി ജനങ്ങൾ അഭിമാനത്തോടെയാണ് സ്വീകരിച്ചത്. രാജ്യത്തെ സ്നേഹിച്ച ഒരു രാജാവായി ജനങ്ങൾ അങ്ങനെ വാഴ്ത്തപ്പെടും." വിക്രമന്റെ വാക്കുകൾ കേട്ട രാജാവ് കുലുങ്ങിച്ചിരിച്ചു.

"അടുത്ത യുദ്ധം ഇനി ഏതു രാജ്യത്തോടാണ്." പാണ്ടിരംഗൻ ചോദിച്ചു.

"നമ്മുടെ ഏറ്റവും അടുത്തുള്ള ഹസ്തിനപുരി എന്ന രാജ്യത്തോടുതന്നെ. ഹസ്തിനപുരി കീഴടക്കിയാൽ വേണ്ടുവോളം സമ്പത്തുകിട്ടും. അടുത്ത യുദ്ധത്തിനു നമുക്കു പ്രയാസപ്പെടേണ്ടിവരില്ല."

എങ്കിൽ ഹസ്തിനപുരി കീഴടക്കാൻ പട്ടാളക്കാരെ ഒരുക്കി നിർത്തുക. ഏതുസമയത്തും യുദ്ധത്തിനു തയാറാവാൻ നാം കൽപ്പിക്കുന്നു." വിക്രമൻ ഒരു രഹസ്യം കൂടി പാണ്ടിരംഗനെ ബോധ്യപ്പെടുത്തി.

"ആയുധശേഷി കുറഞ്ഞ ഒരു രാജ്യമാണ് ഹസ്തിനപുരി. എളുപ്പത്തിൽ നമ്മൾക്കു യുദ്ധം ജയിക്കാം."

"എങ്കിൽ അടുത്ത രാത്രിയിൽത്തന്നെ നമ്മുടെ പട്ടാളക്കാർ ഹസ്തിനപുരിയിലേക്കു കടക്കണം." രാത്രിയിൽ പാണ്ടിരംഗനും വിക്രമനും കൊട്ടാരത്തിലെ രഹസ്യമുറിയിൽ സമ്മേളിച്ചു.

"യുദ്ധം നമ്മൾ ജയിച്ചതു തന്നെ."

പാണ്ടിരംഗൻ പൊട്ടിച്ചിരിയോടെ പറഞ്ഞു. പെട്ടെന്നായിരുന്നു കൊട്ടാരത്തിന്റെ പുറത്തു ആർപ്പുവിളിയും അട്ടഹാസങ്ങളും മുഴങ്ങിയത്.

രാജാവ് വിളിച്ചു പറഞ്ഞു.

"വിക്രമാ. എല്ലാം അവതാളത്തിലായി. നമ്മുടെ രഹസ്യം പൊളിഞ്ഞു. ഹസ്തിനപുരിയിലെ സൈന്യം നമ്മെ ആക്രമിക്കാൻ വന്നിരിക്കുന്നു."

പാണ്ടിരംഗനും വിക്രമനും കൊട്ടാരത്തിന്റെ മുകളിലേക്ക് ഓടി പുറത്തേക്കു നോക്കി.

"അയ്യോ... ഇതു നമ്മുടെ രാജ്യത്തിലെ ജനങ്ങളാ..." വിക്രമൻ വിളിച്ചു പറഞ്ഞു.

പിന്നീട് സംഭവിച്ചതു ജനങ്ങളും പട്ടാളവും തമ്മിലുള്ള ഉഗ്ര യുദ്ധമായിരുന്നു. ജനശക്തിയുടെ മുൻപിൽ പട്ടാളം തോറ്റോടി.

പാണ്ടിരംഗനെയും വിക്രമനെയും ജനങ്ങൾ ബന്ധനത്തിലാക്കി.

ജനങ്ങളുടെ നേതാവായ കൗസല്യൻ പറഞ്ഞു. "പാണ്ടിരംഗൻ രാജ്യത്തിന്റെ സമ്പത്ത് ഉപയോഗിച്ചതു രാജ്യങ്ങൾ പിടിച്ചടക്കുന്നതിനു വേണ്ടിയായിരുന്നു. സ്വന്തം രാജ്യത്തിലെ പട്ടിണികിടക്കുന്ന ജനങ്ങളെ രാജാവ് കണ്ടില്ല. യുദ്ധക്കൊതിയനായ രാജാവിനെ നമുക്കുവേണ്ട. ജനതാൽപ്പര്യം മാനിക്കുന്ന ഒരു രാജാവിനെയാണ് നമുക്കു വേണ്ടത്."

അങ്ങനെ ജനങ്ങൾ കൗസല്യനെ പാണ്ടിപുരത്തിന്റെ പുതിയ രാജാവാക്കി.

പിന്നീടുള്ള കാലം പാണ്ടിപുരത്ത് ഐശ്വര്യം വിളയാടി.

# 13

## കലാകാരന്റെ ദൗത്യം

**ശി**വപുരം രാജ്യത്തെ രാജാവായ ശിവദത്തന് ഭരണകാര്യത്തെക്കുറിച്ച് ഒരു പിടിപാടുമില്ല. ഭരണം നിയന്ത്രിച്ചിരുന്നത് മന്ത്രിയായ മാരപ്പനായിരുന്നു.

ശിവപുരത്ത് ദാരിദ്ര്യവും അക്രമങ്ങളും അഴിഞ്ഞാടി. ജനങ്ങൾക്ക് സ്വൈര ജീവിതം നഷ്ടമായി.

ഒരിക്കൽ ശിവദത്തൻ മാരപ്പനോട് ചോദിച്ചു. "രാജ്യഭരണം എങ്ങനെ. ജനങ്ങളൊക്കെ സുഖമായി ജീവിക്കുന്നില്ലേ."

മാരപ്പൻ പറഞ്ഞു.

"ഭരണം കേമമായി നടക്കുന്നു. ജനങ്ങളൊക്കെ സമൃദ്ധിയോടെ ജീവിക്കുന്നു."

മാരപ്പൻ സന്തോഷിച്ചു. കഴിവുകെട്ട രാജാവിന്റെ കീഴിൽ തനിക്കും സിൽബന്ധികൾക്കും കുശാൽ. അങ്ങനെ മാരപ്പൻ വിലസി.

ഒരുദിവസം ശിവദത്തൻ നാട്ടിലെ ചിത്രകാരന്മാരെ കൊട്ടാരത്തിൽ വിളിച്ചു വരുത്തി.

ശിവദത്തൻ പറഞ്ഞു.

"ഇന്നു നമ്മുടെ ഭരണത്തിന്റെ നാലാം വാർഷികദിനമാണ്. നാം ഒരു മത്സരം സംഘടിപ്പിച്ചിരിക്കുന്നു. നമ്മുടെ ഭരണത്തിന്റെ നേട്ടം ഏതെല്ലാം വിധത്തിലെന്നു ചിത്രങ്ങൾ വരച്ചു ബോധിപ്പി

ക്കണം. വിജയികൾക്ക് നൂറുപവൻ സ്വർണം സമ്മാനം നൽകുന്നതായിരിക്കും. നല്ല ചിത്രം കണ്ടെത്താൻ നാം വിധികർത്താക്കളേയും നിശ്ചയിച്ചിട്ടുണ്ട്."

അങ്ങനെ കൊട്ടാരത്തിലെ വിശാലമായ ഹാളിൽ ചിത്രകാരന്മാർ ഒത്തുകൂടി. ചിത്രകാരന്മാർ രാജ്യപുരോഗതിയെ ബോധ്യപ്പെടുത്തുന്ന ഓരോ ചിത്രങ്ങൾ വരച്ചു.

ഒടുവിൽ ചിത്രങ്ങളെല്ലാം വിധികർത്താക്കൾ പരിശോധിച്ചു.

ശങ്കരദാസ് എന്ന വിധികർത്താവ് ഒരു ചിത്രം എടുത്തുനോക്കി.

സിംഹാസനത്തിൽ ഇരിക്കുന്ന ഒരു പോത്ത്, പെയ്യുന്ന മഴത്തുള്ളികൾ നോക്കി രസിക്കുന്നു. ശങ്കരദാസ് ഉടനെതന്നെ രാജാവിനെ ചിത്രം കാണിച്ചു.

"ഏത് രാജ്യദ്രോഹിയാണ് ഈ ചിത്രം വരച്ചത്." രാജാവ് കോപാകുലനായി ചോദിച്ചു:

ശങ്കരദാസ് അറിയിച്ചു.

"ഫൽഗുൻ എന്ന ചിത്രകാരനാ."

രാജാവ് ഉടനെ തന്നെ ഫൽഗുനനെ വിളിച്ചു വരുത്തി.

"നിങ്ങൾ നമ്മെ അപമാനിച്ചിരിക്കുന്നു. നിങ്ങൾ രാജ ദ്രോഹിയാണ്. നിങ്ങൾക്കുള്ള ശിക്ഷ കാരാഗൃഹ വാസമാണ് മനസിലായോ..."

രാജാവ് കോപംകൊണ്ട് ജ്വലിച്ചു.

ഫൽഗുനൻ പറഞ്ഞു.

"പ്രഭോ... ക്ഷമിക്കണം. പോത്ത് മന്ത്രിയായ മാരപ്പനാണ്. രാജ്യഭരണം നിയന്ത്രിക്കുന്നത് മാരപ്പനാണ്. താങ്കൾ ഇപ്പോൾ സിംഹാസനത്തിൽ ഇല്ല. ആ സ്ഥാനത്ത് മാരപ്പനാണ്. പെയ്യുന്ന മഴത്തുള്ളികളെല്ലാം ജനങ്ങളുടെ കണ്ണീരാണ്. രാജാവിന്റെ കണ്ണുകൾ തുറക്കുന്നതിനുവേണ്ടിയാ ഈ ഒരു ചിത്രം വരച്ചത്."

രാജാവ് ആഹ്ലാദത്തോടെ പ്രഖ്യാപിച്ചു.

"സത്യം വിളിച്ചുപറയുന്നവനാണ് യഥാർഥ കലാകാരൻ. നൂറു പവൻ സ്വർണം ഫൽഗുനന് അവകാശപ്പെട്ടതാണെന്ന് നാം കൽപ്പിക്കുന്നു. നമ്മെ ഇത്രയും കാലം കബളിപ്പിച്ച മാരപ്പനെ തുറങ്കിലടയ്ക്കാൻ നാം ഉത്തരവിടുന്നു."

# 14

## ഉപകാരത്തിന്റെ ഫലം

**കി**ട്ടുവിന്റെ വീട്ടിലെ അംഗമാണ് കുറുഞ്ഞിപ്പൂച്ച. എലികളെ പിടിക്കാൻ വളരെ സാമർഥ്യമാണ്. കിട്ടു തന്നെ വളർത്തുന്നത് എലികളെ പിടിക്കാൻവേണ്ടിയാണെന്ന് പൂച്ചയ്ക്കറിയാം. രാത്രി കിട്ടുവും കുടുംബവും ഉറങ്ങുന്ന സമയത്താണ് പൂച്ച എലികളെ പിടിക്കാനിറങ്ങുക. തട്ടിൻ പുറത്തും ചായ്പ്പിലുമെല്ലാം കുറുഞ്ഞിപ്പൂച്ച ഒളിച്ചിരിക്കും. എലികളുടെ വരവ് കണ്ടാൽ ഒറ്റത്തുള്ളിന് കഴുത്തിന് വീഴും. എത്രയോ എലികളെ കുറുഞ്ഞിപ്പൂച്ച തിന്നൊടുക്കി. കിട്ടുവിന് ഒരിക്കലും എലികളുടെ ഉപദ്രവം ഉണ്ടാവരുതെന്ന് കുറുഞ്ഞിപ്പൂച്ചയ്ക്ക് ആഗ്രഹം ഉണ്ട്. പക്ഷേ ദിവസങ്ങൾ കഴിയുന്തോറും എലികളുടെ ഉപദ്രവം കൂടിവന്നതേയുള്ളൂ. ഒരിക്കൽ കിട്ടു ഭാര്യയോട് പറയുന്നത് കുറുഞ്ഞിപ്പൂച്ച കേട്ടു.

"ഈ പൂച്ചയെക്കൊണ്ട് ഒരു കാര്യവുമില്ല. ഒറ്റ എലിയെപ്പോലും പിടിക്കുന്നില്ല. ഈ പൂച്ചയെ ഇവിടുന്ന് ഓടിക്കണം."

കിട്ടുവിന്റെ വാക്കുകൾ കേട്ട പൂച്ചയ്ക്ക് സങ്കടമായി. താൻ ചെയ്യുന്ന ഉപകാരത്തിന് യാതൊരു ഫലവും കിട്ടുന്നില്ലല്ലോ. ഒരു ഉച്ചസമയത്ത് കുറുഞ്ഞിപ്പൂച്ച അടുക്കളമൂലയിൽ ചുരുണ്ടുകിടക്കുകയായിരുന്നു. പെട്ടെന്ന് ഒരു നീളൻവടികൊണ്ടുള്ള കിട്ടുവിന്റെ അടിയേറ്റ് പൂച്ച ഞെട്ടി. പിന്നെ കരഞ്ഞുകൊണ്ട് പുറത്തേക്ക് ഓടിപ്പോയി.

കിട്ടു ദേഷ്യത്തോടെ പറഞ്ഞു.

"ഈ പൂച്ചയെ ഇവിടെ വേണ്ട. ഉപകാരമില്ലാത്ത സാധനം."

തൊടിയിലെ മരച്ചുവട്ടിൽ പോയി പൂച്ച ചുരുണ്ടുകിടന്നു. അപ്പോഴേക്കും കിട്ടുവിന്റെ വളർത്തുപട്ടി അവിടെ എത്തി.

"എന്താ പൂച്ചച്ചേട്ടാ. ഒരു സങ്കടം?"

പട്ടി ചോദിച്ചു.

"എടോ ചങ്ങാതീ... കിട്ടുവിന്റെ വീട്ടിലെ എത്രയോ എലികളെ ഞാൻ നശിപ്പിച്ചു. ഞാൻ ചെയ്യുന്ന ഉപകാരങ്ങളൊന്നും അയാൾ മനസിലാക്കുന്നില്ല."

പട്ടി പറഞ്ഞു.

"ചങ്ങാതീ... നമ്മൾ സൽപ്രവൃത്തി ചെയ്തതുകൊണ്ടുമാത്രം പോര. അതു മറ്റുള്ളവരെ ബോധ്യപ്പെടുത്തുകയും വേണം. എങ്കിലേ അതിന്റെ ഗുണം കിട്ടുകയുള്ളൂ. രാത്രി എല്ലാവരും ഉറങ്ങുന്ന സമയത്ത് എലികളെ നശിപ്പിക്കുന്നതുകൊണ്ട് ഒരു കാര്യവുമില്ല. പിടിച്ച എലിയുമായി വല്ലപ്പോഴും വീട്ടുകാരന്റെ മുമ്പിൽ പ്രത്യക്ഷപ്പെടണം. നമ്മുടെ കഴിവ് മറ്റുള്ളവരെ അറിയിക്കേണ്ടേ."

പട്ടിയുടെ ഉപദേശം കേട്ടപ്പോൾ കുറുഞ്ഞിപ്പൂച്ചയ്ക്കു കാര്യം ബോധ്യമായി.

പിറ്റേന്ന് പകൽ അടുത്ത പറമ്പിൽനിന്നും ഒരു എലിയെപ്പിടിച്ച് കുറിഞ്ഞിപ്പൂച്ച കിട്ടുവിന്റെ മുമ്പിൽ പ്രത്യക്ഷപ്പെട്ടു. കിട്ടുവിന്റെ മുമ്പിൽവച്ചു തന്നെ അതിനെ ഭക്ഷിക്കാൻ തുടങ്ങി.

അപ്പോൾ കിട്ടു ഭാര്യയെ വിളിച്ചു പറഞ്ഞു:

"എടീ... നമ്മുടെ പൂച്ച എലികളെ പിടിക്കുന്നുണ്ട്. ഈ പൂച്ചയെ നമുക്കുവേണം... നല്ല പൂച്ചയാ..."

# 15

## എന്തു മത്സരം

**ച**ന്ദ്രികപുരം ഭരിച്ചിരുന്നത് ചിരികാന്തൻ എന്ന രാജാവായിരുന്നു. രാജാവിന്റെ ജന്മദിനം ആഘോഷിക്കാൻ കൊട്ടാരവാസികൾ ഒരുങ്ങി. നല്ലൊരു മത്സരവും ഏർപ്പെടുത്തി. മത്സരം എന്തെന്നല്ലേ.

വാചക പ്രയോഗത്തിലൂടെ ചിരികാന്തനെ കോപാകുലനാക്കുക.

വിജയിക്കുന്നവർക്കു നൂറു സ്വർണ്ണനാണയം സമ്മാനം. മത്സരവാർത്ത മന്ത്രിയും പരിവാരങ്ങളും നാട്ടിൽ വിളംബരം ചെയ്തു. മത്സരത്തിൽ പങ്കെടുക്കാൻ ഒട്ടനവധി ആളുകൾ കൊട്ടാരത്തിൽ എത്തി.

ചിരിക്കുന്ന മുഖവുമായി ചിരികാന്തൻ സിംഹാസനത്തിൽ ഇരുന്നു. ഊഴം അനുസരിച്ച് ആളുകൾ കാത്തിരുന്നു.

പലരും പലതും പറഞ്ഞുനോക്കി. രാജാവ് കുലുക്കമില്ല.

പെട്ടെന്നായിരുന്നു സംഗതി ഒന്നും അറിയാതെ വാറുണ്ണി അവിടെ എത്തിയത്.

ചിരിക്കുന്ന രാജാവിനെ കണ്ടപ്പോൾ വാറുണ്ണി വിളിച്ചു പറഞ്ഞു. "അയ്യേ... രാജാവ് ചിരിക്കുന്നോ ഇതു രാജാവിന്റെ യഥാർഥ മുഖമല്ല. ചിരിക്കുന്ന മുഖം വെച്ചു പിടിപ്പിച്ചതാ."

മന്ത്രിയായ സിംഹരാജൻ പറഞ്ഞു.

"ഇത് രാജാവിന്റെ യഥാർഥ മുഖം തന്നെയാ." വാറുണ്ണി വിട്ടുകൊടുത്തില്ല.

"മന്ത്രിയെ എനിക്കു വിശ്വാസമില്ല. സത്യം ബോധ്യപ്പിക്കേണ്ടതു രാജാവു തന്നെയാ."

സംഗതി അത്രയുമായപ്പോൾ ചിരികാന്തന് അരിശം കയറി.

"ഛീ... തെണ്ടീ... പോക്കിരിത്തം പറയുന്നോടാ. ആർക്കുമില്ലാത്ത ഒരു സംശയമെന്താ നിനക്ക്." സിംഹാസനത്തിൽനിന്നും എണീറ്റു കൊണ്ട് രാജാവ് കൽപ്പിച്ചു. "നമ്മെ വിശ്വാസമില്ലാത്ത ഈ രാജ്യദ്രോഹിയെ കൽത്തുറുങ്കിൽ അടയ്ക്കാൻ നാം ഉത്തരവിടുന്നു.

പെട്ടന്നു സിംഹരാജൻ പറഞ്ഞു.

"പ്രഭോ താങ്കൾ മത്സരം മറന്നുപോയി. വാറുണ്ണി വിജയിച്ചിരിക്കുന്നു."

ചിരികാന്തന്റെ കൈയിൽനിന്നും നൂറു പവൻ സ്വർണനാണയം. വാറുണ്ണി അന്ധാളിച്ചുപോയി. അവൻ പറഞ്ഞു. "മത്സരമോ എന്തു മത്സരം."

# 16

## ചതിയന് ശിക്ഷ കിട്ടി

**നാ**ണുവും വേണുവും ചങ്ങാതിമാരായിരുന്നു. രണ്ടുപേരും നല്ലവണ്ണം പണിയെടുക്കും. കിട്ടുന്നതെല്ലാം ചെലവഴിക്കും. ഒരുദിവസം നാണു പറഞ്ഞു:

"ചങ്ങാതീ, കിട്ടുന്ന പണമെല്ലാം നമ്മൾ ചെലവഴിച്ചു കളയുകയല്ലേ? ഇനി മുതൽ നമ്മൾ പണം സൂക്ഷിച്ചു വയ്ക്കണം. വല്ല ആവശ്യവും നേരിട്ടാൽ നമ്മെ സഹായിക്കാനാരാ ഉള്ളത്."

നാണുവിന്റെ അഭിപ്രായത്തോട് വേണു യോജിച്ചു. അവർ ചന്തയിൽച്ചെന്ന് രണ്ട് ചെറിയ ഭണ്ഡാരംവാങ്ങി. ഒന്ന് പച്ചയും മറ്റേത് മഞ്ഞയും. പച്ചനിറത്തിലുള്ളത് നാണുവെടുത്തു. മഞ്ഞനിറത്തിലുള്ളത് വേണുവും.

കാലം കഴിഞ്ഞുപോയി. നാണുവിന്റെ പച്ചഭണ്ഡാരം നിറയാറായി. വേണുവാണെങ്കിൽ പണം സൂക്ഷിക്കുന്ന കാര്യത്തിൽ പിന്നിലായിരുന്നു.

അങ്ങനെയിരിക്കെ ഒരുദിവസം രണ്ട് ഭണ്ഡാരവും കാണാതായി. നാണുവും വേണുവും രാജാവിനെ ശരണം പ്രാപിച്ചു.

രാജാവ് അന്വേഷണത്തിന് ഉത്തരവിട്ടു. രാജഭടന്മാർ ഒരു കുറ്റിക്കാട്ടിൽനിന്ന് രണ്ട് ഭണ്ഡാരവും കണ്ടെടുത്തു. രാജാവ് നാണുവിനെയും വേണുവിനെയും വിളിപ്പിച്ചു. സ്വന്തം ഭണ്ഡാരമെടുത്തുകൊള്ളാൻ രാജാവ് നിർദേശിച്ചു. ഉടൻ വേണു

പറഞ്ഞു:

"രാജാവേ പച്ചഭണ്ഡാരം എന്റേതാണ്."

"പ്രഭോ... ഇവൻ കള്ളംപറയുകയാ... പച്ചഭണ്ഡാരം എന്റേതാ. ഇവന്റേത് മഞ്ഞനിറത്തിലുള്ളതാണ്." നാണു പറഞ്ഞു.

രാജാവ് ആലോചനയിലാണ്ടു. അടുത്ത ദിവസം വരാൻ നാണുവിനോടും വേണുവിനോടും ആവശ്യപ്പെട്ടു. വേണു കള്ളംപറയുകയാണെന്ന് രാജാവ് മനസിലാക്കിക്കഴിഞ്ഞിരുന്നു.

അടുത്ത ദിവസം രണ്ടുപേരും ഹാജരായി. വേണുവിന് അവൻ പറഞ്ഞതുപോലെ പച്ചഭണ്ഡാരം നൽകി. വേണു സന്തോഷത്തോടെ ഭണ്ഡാരം വാങ്ങി. നല്ല കനം. നാണുവിന്റെ എല്ലാ സമ്പാദ്യവും തനിക്ക് കിട്ടി.

പാവം നാണു ദുഃഖിച്ചു. രാജാവ് അവന് മഞ്ഞഭണ്ഡാരം നൽകി. നാണു വിഷമത്തോടെ ഭണ്ഡാരം വാങ്ങി തുറന്നുനോക്കി. തന്റെ സമ്പാദ്യം മുഴുവൻ അതിലുണ്ട്. അവന്റെ മുഖത്ത് ആശ്ചര്യം വിടർന്നു.

വേണു ഭണ്ഡാരം തുറന്നപ്പോൾ ഞെട്ടിപ്പോയി. അത് നിറയെ കുപ്പിച്ചില്ലുകളായിരുന്നു.

രാജാവ് വേണുവിനെ തുറങ്കിലടക്കാൻ കൽപ്പിച്ചു.

# 17

## കള്ളനെ പിടിച്ചേ

ഇന്ദ്രപുരിയും ചന്ദ്രപുരിയും തൊട്ടടുത്തുള്ള രാജ്യങ്ങളായിരുന്നു. ഇന്ദ്രവർമൻ എന്ന രാജാവായിരുന്നു ഇന്ദ്രപുരി ഭരിച്ചിരുന്നത്. ചന്ദ്രപുരിയിലെ രാജാവാണ് ചന്ദ്രപാലൻ.

ഇന്ദ്രവർമൻ നീതിമാനായ രാജാവായിരുന്നു. അതുകൊണ്ടു തന്നെ ഇന്ദ്രപുരിയിലെ ജനങ്ങളിൽ സാഹോദര്യം കളമാടി. എല്ലാവരും സന്തോഷത്തോടെ ജീവിച്ചു.

ചന്ദ്രപുരി ഒരു ദരിദ്രരാജ്യമായിരുന്നു. അവിടെ കള്ളന്മാരുടെയും പിടിച്ചുപറിക്കാരുടെയും അക്രമങ്ങൾ നിത്യസംഭവമായി.

ഒരിക്കൽ ചന്ദ്രപാലനെ ഇന്ദ്രപുരി സന്ദർശിക്കാൻ ക്ഷണിച്ചു. അടുത്തദിവസം തന്നെ ചന്ദ്രപാലനും മന്ത്രിയും ഇന്ദ്രപുരിയിലേക്കു യാത്ര പുറപ്പെട്ടു. എങ്ങനെയെങ്കിലും ഇന്ദ്രവർമന്റെ അഹന്ത അവസാനിപ്പിക്കണം. ഒരു കള്ളനെയെങ്കിലും ഇന്ദ്രപുരിയിൽ കണ്ടെത്തണം. കള്ളന്മാർ ഇല്ലാത്ത ഒരു രാജ്യമോ?

ഇന്ദ്രവർമന്റെ വീമ്പു പറച്ചിൽ അവസാനിപ്പിച്ചിട്ടു കാര്യം.

ചന്ദ്രപാലനെയും മന്ത്രിയെയും ഇന്ദ്രവർമൻ കൊട്ടാരത്തിലേക്കു ആനയിച്ചു.

രാത്രിയിൽ ആഘോഷത്തിന്റെ ഭാഗമായി സംഗീതക്കച്ചേരി നടക്കുകയായിരുന്നു.

പെട്ടെന്നായിരുന്നു ചന്ദ്രപാലന്റെ നിലവിളി. "അയ്യോ... എന്റെ കഴുത്തിലെ സ്വർണമാല കാണുന്നില്ലേ... കള്ളൻ കൊണ്ടുപോയേ. ഇന്ദ്രപുരിയിലെ കൊട്ടാരത്തിൽ കള്ളനോ?"

ഇന്ദ്രവർമനും കൊട്ടാരവാസികളും അമ്പരന്നു. ചന്ദ്രപാലൻ പരിഹാസത്തോടെ പറഞ്ഞു. "കള്ളന്മാർ നിങ്ങളുടെ രാജ്യത്തും ഉണ്ട്. വീമ്പു പറച്ചിലിന്റെ പൊള്ളത്തരം എല്ലാവർക്കും മനസിലായി. ഹീ... ഹി... ഹി..."

ഇന്ദ്രവർമന്റെ മുഖം വിളറി. അപമാനം. ചന്ദ്രപാലൻ ഈ സംഭവം അയൽപക്കത്തെ രാജ്യങ്ങളിൽ പാട്ടാക്കും. നാണക്കേട്. ഇന്ദ്രവർമൻ ഉടനെ ഭടന്മാരെ വരുത്തി കൽപ്പിച്ചു.

എത്രയും പെട്ടെന്നു കള്ളനെ പിടിക്കാൻ നാം ഉത്തരവിടുന്നു.

ഭടന്മാർ ആയുധങ്ങളുമായി നാലുഭാഗത്തേക്കും പാഞ്ഞു.

ചന്ദ്രപാലനും മന്ത്രിയും ഊറിച്ചിരിച്ചു. പെട്ടെന്നായിരുന്നു ഒരു ഭടൻ ഓടി വന്നത്. മഹാരാജൻ കള്ളനെ പിടികിട്ടി. ഗോപുരത്തിന്റെ തൂണിൽ ബന്ധിച്ചിട്ടുണ്ട്. ഒരു ഭടൻ അറിയിച്ചു.

കൊട്ടാരവാസികളും പരിവാരങ്ങളും ഗോപുരത്തിന്റെ സമീപത്തേക്കു ഓടി. എല്ലാവർക്കും കള്ളനെക്കാണാൻ ധൃതിയായി. കള്ളനെ കണ്ടപ്പോൾ ചന്ദ്രപാലനും കള്ളനും മുഖത്തോടു മുഖം നോക്കി. രോഷം കൊണ്ടു ചന്ദ്രപാലന്റെ മുഖം ജ്വലിച്ചു.

നിരന്തരമായി മോഷണക്കുറ്റം ചെയ്തതിന്റെ പേരിൽ ചന്ദ്രപുരിയിൽനിന്നും നാടുകടത്തിയ മന്ത്രിയുടെ അളിയൻ ബാലരാമനായിരുന്നു അത്.

"എവിടെ നമ്മുടെ അതിഥികൾ."

ഇന്ദ്രവർമൻ ചോദിച്ചു.

അപ്പോഴേക്കും ചന്ദ്രപാലനും മന്ത്രിയും സദസിൽനിന്നും മുങ്ങിയിരുന്നു. പിന്നീട് ചന്ദ്രപാലനെയും മന്ത്രിയെയും ആരും കണ്ടവരില്ല.

# 18

## യഥാർഥ മണ്ടൻ

**മാ**രപ്പൻ ജോത്സ്യന്റെ മകനാണ് മണ്ടപ്പൻ. പ്രശ്നത്തിനു പോകുമ്പോൾ മാരപ്പൻ മണ്ടപ്പനെ ഒപ്പം കൂട്ടും.

ഒരിക്കൽ മാരപ്പന്റെ ഭാര്യ നാണുക്കുട്ടി പറഞ്ഞു. "എന്തിനാ മണ്ടപ്പനെക്കൂടെ കൂട്ടുന്നത്. വല്ല മണ്ടത്തരങ്ങളും എഴുന്നെള്ളിച്ചാലോ. അതു നിങ്ങൾക്കു കുറച്ചിലാ."

മാരപ്പൻ പറഞ്ഞു: "എടീ... എനിക്കുശേഷം പ്രശ്നത്തിന് ഒരാളു വേണ്ടേ... അവനെ ഞാൻ വലിയൊരു ജോത്സ്യനാക്കും... നീ കണ്ടോ..."

"അയ്യോ... അതിലൊന്നും അവനു മിടുക്കില്ല. താൽപ്പര്യമില്ലാത്ത ജോലി അവനെ ഏൽപ്പിക്കരുത്. അവനു കൃഷിപ്പണിയിലാ മിടുക്ക്."

"ഛീ.. ജോത്സ്യന്റെ മകൻ കൃഷിക്കാരനോ... അവൻ പേരു കേട്ട ജോത്സ്യനാവണം. അതാ എന്റെ ആഗ്രഹം."

ഒരിക്കൽ കാശിപുരത്തെ രാജാവായ വിക്രമന്റെ മന്ത്രി ദ്രോഹയ്യർ മാരപ്പന്റെ വീട്ടിലെത്തി രാജകൽപ്പന അറിയിച്ചു.

"എത്രയും പെട്ടെന്നു കൊട്ടാരത്തിൽ എത്തണം. സന്ധ്യക്കു മാരപ്പൻ മണ്ടപ്പനേയും കൂട്ടി കൊട്ടാരത്തിൽ എത്തി."

രാജാവ് പറഞ്ഞു.

"നമുക്ക് ഒരു പ്രശ്നം വയ്ക്കണം. കൊട്ടാരവാസികൾക്കു

പകർച്ച വ്യാധികൾ പടരുന്നു. രാജ്യകാര്യങ്ങളിൽ നമുക്കു ശ്രദ്ധ പതിപ്പിക്കാനും സാധിക്കുന്നില്ല. എവിടെയോ കുഴപ്പം സംഭവിച്ചിട്ടുണ്ട്. എല്ലാറ്റിനും പരിഹാരം കാണണമല്ലോ."

"എല്ലാം തെളിച്ചുപറഞ്ഞോളൂ." കളത്തിൽ കവടികൾ നിരത്തി സംസ്കൃത ശ്ലോകങ്ങൾ ഉരുവിട്ടുകൊണ്ടു മാരപ്പൻ പ്രവചിച്ചു. "അനിഷ്ട സംഭവങ്ങൾ ഇനിയും സംഭവിക്കാൻ ഇടയുണ്ട്. മരണം സംഭവിക്കാനും സാധ്യത തെളിയുന്നു. ദൈവം കോപിച്ചിരിക്കുന്നു എന്നർഥം. അമ്പലങ്ങളിൽ നേർച്ചകൾ നടത്തണം." പ്രശ്നം അവസാനിപ്പിച്ച് മാരപ്പനും മണ്ടപ്പനും രാജാവിനോടു യാത്ര ചോദിച്ചു.

അടുത്ത ദിവസം തന്നെ ദ്രോണപ്പൻ മാരപ്പന്റെ വീട്ടിലെത്തി. അറിയിച്ചു. "രാജാവിന്റെ കൽപ്പനയാ... എത്രയും പെട്ടെന്നു കൊട്ടാരത്തിൽ എത്തണം. പ്രവചനം ഫലിച്ചിരിക്കുന്നു."

"മാരപ്പനും മണ്ടപ്പനും കൊട്ടാരത്തിൽ എത്തി." രാജാവു സന്തോഷത്തോടെ പറഞ്ഞു.

"എന്തൊരു സിദ്ധിയുള്ള പ്രവചനം. കൊട്ടാരത്തിലെ കുളത്തിൽ ഒരു പൂച്ച വീണു ചത്തിരിക്കുന്നു. നേർച്ചകളുടെ ശക്തി. അല്ലെങ്കിൽ മനുഷ്യൻ വീണു മരിക്കേണ്ടതാ. സത്യസന്ധമായ പ്രവചനം നടത്തിയ മാരപ്പനു സ്വർണവും പണവും നൽകാൻ നാം ഉത്തരവിടുന്നു."

പെട്ടെന്നായിരുന്നു മണ്ടപ്പന്റെ വാക്കുകൾ. "അപ്പോൾ സമ്മാനം അച്ഛനു മാത്രമേയുള്ളൂ. വഴിയിൽ കണ്ട പൂച്ചയെ തല്ലിക്കൊന്നു കുളത്തിൽ തള്ളിയ എനിക്കും സമ്മാനം വേണം."

കൊട്ടാരവാസികൾ അമ്പരന്നു.

രാജാവു കോപാകുലനായി.

"ചതിയൻ നമ്മെ കബളിപ്പിച്ചിരിക്കുന്നു."

"മാരപ്പനെയും മണ്ടപ്പനെയും തുറുങ്കിൽ അടയ്ക്കാൻ നാം കൽപ്പിക്കുന്നു."

അപ്പോളാണു മാരപ്പനു ബോധ്യമായത്. കൊള്ളാത്ത ജോലിക്കു മണ്ടപ്പനെക്കൂടെ കൊണ്ടുനടന്ന താനാണു യഥാർഥ മണ്ടൻ.

അങ്ങനെ മാരപ്പനും മണ്ടപ്പനും സമ്മാനത്തിനു പകരം കിട്ടിയതു ശിക്ഷ.

# 19

## ഉപദേശം

**ക്ലാ**സിൽനിന്നു നാണു മാസ്റ്റർ കുട്ടികളോട് ചോദിച്ചു.

"നിങ്ങളുടെ കൂട്ടത്തിൽ ആരെങ്കിലും ധൈര്യവും സാഹസികവുമായ പ്രവർത്തനം കാഴ്ചവെച്ചിട്ടുണ്ടോ?" പെട്ടെന്ന് മണിക്കുട്ടൻ എഴുന്നേറ്റു.

"സാർ... എനിക്കു പറയാനുണ്ട്. ഞങ്ങളുടെ വീടിന്റെ സമീപം ഒരു പുഴ ഉണ്ട്, പാൽത്തിരപ്പുഴ. പുഴയുടെ മറുകരയിലാണ് തോമച്ചന്റെ പേര മര തോട്ടം. പുഴ നീന്തിക്കടന്ന് ഞാൻ കൂട്ടുകാർക്ക് പേരയ്ക്കകൾ പറിച്ചു കൊടുത്തിട്ടുണ്ട്. മഴക്കാലത്ത് മദിച്ചൊഴുകുന്ന പുഴ നീന്തിക്കടക്കുന്നത് സാഹസികതയല്ലെ. സാർ..."

പെട്ടെന്ന് നാണു മാസ്റ്റർ മേശവലിപ്പു തുറന്നു. എന്നിട്ട് ഒരു പത്രം പുറത്തെടുത്തു. കുട്ടികൾ പത്രത്തിലേക്കു സൂക്ഷിച്ചു നോക്കി.

നാണു മാസ്റ്റർ പറഞ്ഞു.

"ഇത് ഇന്നലത്തെ പത്രമാണ്. ഒരു വാർത്ത വായിക്കാം, നിങ്ങൾ ശ്രദ്ധിച്ചു കേൾക്കണം."

കുട്ടികൾ നാണു മാസ്റ്ററെ മുഖത്തേക്കു സൂക്ഷിച്ചു നോക്കി.

"കൊച്ചുകുട്ടനു ധീരതയ്ക്കുള്ള സമ്മാനം. തെക്കെ പുറത്തെ കൊച്ചുകുട്ടൻ ഈ വർഷത്തെ ധീരതയ്ക്കുള്ള സമ്മാനം രാഷ്ട്ര

പതിയിൽനിന്നും ഏറ്റുവാങ്ങി. കഴിഞ്ഞ ആഗസ്റ്റ് പതിനാലിനു സന്ധ്യക്കു പുതിയ പുഴയിലെ തോണി അപകടത്തിൽപെട്ട നാലുകുട്ടികളെ രക്ഷപ്പെടുത്തിയതിനാണ് കൊച്ചുകുട്ടന് രാഷ്ട്ര പതിയുടെ സമ്മാനം കിട്ടിയത്.

പുഴയിൽ മുങ്ങിത്താഴുന്ന നാലു കുട്ടികളെ അതുവഴി പോവുകയായിരുന്ന കൊച്ചുകുട്ടൻ ജീവൻ അവഗണിച്ച് പുഴ യിൽ ചാടി രക്ഷപ്പെടുത്തുകയായിരുന്നു."

അത്രയും വായിച്ചശേഷം നാണു മാസ്റ്റർ കുട്ടികളുടെ മുഖ ത്തേക്കു നോക്കി ചോദിച്ചു. "ഈ പത്രവാർത്ത കേട്ടപ്പോൾ നിങ്ങൾക്ക് എന്തു തോന്നി."

കുട്ടികൾ വിസ്മയഭാവത്തോടെ നാണു മാസ്റ്ററുടെ മുഖ ത്തേക്കു നോക്കി. അവർക്കു മറുപടി ഉണ്ടായില്ല. അദ്ദേഹം പറ ഞ്ഞു.

"പ്രിയപ്പെട്ട കുട്ടികളേ... നമ്മുടെ ധൈര്യവും സാഹസിക തയും നല്ല കാര്യങ്ങൾക്കു വേണ്ടി മാത്രമേ ആകാവൂ. മണിക്കു ട്ടൻ ചെയ്ത സാഹസികത മോഷണത്തിനുവേണ്ടിയാണ്. നിങ്ങ ളിലുള്ള ധൈര്യം ഇനി മുതൽ നല്ല കാര്യങ്ങൾക്കു വേണ്ടി വിനി യോഗിക്കുക."

നാണു മാസ്റ്ററുടെ ഉപദേശം കേട്ടപ്പോൾ കുട്ടികൾ നിശ്ശബ്ദ രായി.

# 20

## പൂവാലൻ കോഴിയുടെ ദുഃഖം

**രാ**മനാഥന്റെ വീട്ടിലെ അംഗങ്ങളാണ് ചിന്നൻപട്ടിയും പൂവാലൻ കോഴിയും. ചിന്നൻ പട്ടിയോടായിരുന്നു അയാൾക്ക് സ്നേഹം. രാമനാഥന്റെ സ്നേഹം പിടിച്ചുപറ്റാൻ ചിന്നൻപട്ടി സമർഥനാണ്. അയാൾ പട്ടണത്തിലോ മറ്റോ പോയി വരുമ്പോൾ ചിന്നൻപട്ടി ഓടി അടുത്തുചെന്ന് വാലാട്ടി കഴുത്തു കുലുക്കി സ്നേഹം പ്രകടിപ്പിക്കും. ഒരു രാത്രി കള്ളൻ മോഷ്ടിക്കാൻ വന്നപ്പോൾ ചിന്നൻ പട്ടി കുരച്ചു ബഹളംവെച്ചു. കള്ളൻ ജീവനും കൊണ്ട് ഓട്ടമായിരുന്നു. രാമനാഥനെ വിട്ടുപിരിയാതെ എപ്പോഴും ചിന്നൻപട്ടി കൂടെ നടക്കും. പട്ടണത്തിൽനിന്നും രാമനാഥൻ മധുലപലഹാരങ്ങൾകൊണ്ടു വന്ന് ചിന്നൻപട്ടിക്ക് കൊടുക്കും. രാമനാഥൻ ഭക്ഷണം കഴിച്ചു പുറത്തിറങ്ങുമ്പോൾ ഒരുപിടി ചോറ് കൈയിൽ കരുതും. അതു ചിന്നൻപട്ടിക്കുള്ളതാണ്. അയാൾ പകൽ സമയത്ത് കിടന്നുറങ്ങുമ്പോഴും അരികിൽ ചിന്നൻ പട്ടി കിടക്കും. പൂവാലൻ കോഴി വേദനയോടെ ഓർത്തു. തന്നെ ഈ വീട്ടിൽ ആരും ശ്രദ്ധിക്കുന്നില്ല. പ്രത്യേകമായി ഭക്ഷണം തരാറില്ല. തൊടിയിലും തടത്തിലും ചിക്കിച്ചികഞ്ഞ് എന്തെങ്കിലും കൊത്തി വിഴുങ്ങി ഒരുവിധം വിശപ്പടക്കും. താനും ചില ഉപകാരങ്ങൾ ചെയ്യുന്നില്ലേ. നേരം വെളുക്കാറായ വിവരം ഉച്ചത്തിൽ വിളിച്ചു കൂവി വീട്ടുകാരെ അറിയിക്കുന്നില്ലേ. അതിന്റെ പരിഗ

ണനയൊന്നും തനിക്കു കിട്ടുന്നില്ല.

ഒരിക്കൽ പൂവാലൻ കോഴി ചിന്നൻപട്ടിയോട് സങ്കടം പറഞ്ഞു:

“ചങ്ങാതീ... ഈ വീട്ടിലെ ഒരംഗമല്ലേ ഞാനും. വീട്ടുകാരന് എന്നെ ഒരു സ്നേഹവുമില്ല. രാമനാഥന്റെ സ്നേഹം സമ്പാദിക്കാൻ ഒരു മാർഗം പറഞ്ഞുതരൂ.”

ചിന്നൻപട്ടി പറഞ്ഞു. “വീട്ടുകാരന്റെ സ്നേഹം സമ്പാദിക്കാൻ ഒരു മാർഗമേ ഉള്ളൂ. കുറച്ചു നാളുകൾ ഞാൻ അടങ്ങി ഒരിടത്തു കിടക്കും. ഞാൻ ചെയ്യുന്ന കൃത്യം നീ ചെയ്യുക.”

ചിന്നൻപട്ടിയുടെ ഉപദേശം ശരിയാണെന്ന് പൂവാലൻ കോഴിക്ക് തോന്നി. ഒരു ഉച്ചസമയത്ത് പട്ടണത്തിൽനിന്നും തിരിച്ചുവന്ന രാമനാഥന്റെ അടുക്കലേക്ക് പൂവാലൻ കോഴി ഓടിച്ചെന്നു. അയാളുടെ കാലിൽ കോഴി കൊക്കുകൊണ്ട് ഉരസുകയും ചിറകുകൾ വിടർത്തുകയും ചെയ്തു.

“ഛീ... വൃത്തികെട്ട...” കോഴി. രാമനാഥൻ കാലുകൊണ്ട് പൂവാലൻ കോഴിയെ ഒരു തട്ടുകൊടുത്തു. കോഴി അവിടെ ചുറ്റിപ്പറ്റി നിന്നു.

രാമനാഥൻ ഒരു നീളൻ വടികൊണ്ട് കോഴിയെ അടിച്ചോടിച്ചു.

കൊ... ക്കര.. കൂ എന്ന ശബ്ദത്തോടെ പൂവാലൻ കോഴി ഓടിപ്പോയി.

രാമനാഥൻ ഉച്ചഭക്ഷണത്തിനുശേഷം മയങ്ങാൻ കിടന്നു. കോഴി അയാളുടെ അരികിൽ വന്നു കിടന്നു. രാമനാഥന്റെ ഭാര്യ പുറത്തേക്കു വന്നപ്പോൾ കോഴിയുടെ കിടപ്പു കണ്ടു.

അവർ പറഞ്ഞു.

“നമ്മുടെ പൂവാലൻ കോഴിക്ക് എന്തോ അസുഖം പിടിച്ചിട്ടുണ്ട്. എവിടെയെല്ലാം തെണ്ടിത്തിരിയുന്ന കോഴിയാ.”

അവർ കോഴിയെ പിടിച്ച് ദൂരെ എറിഞ്ഞു. പൂവാലൻ കോഴിക്ക് വല്ലാത്ത സങ്കടം വന്നു. തന്റെ പ്രയത്നങ്ങളൊന്നും ഫലിക്കുന്നില്ലല്ലോ. ഒരു രാത്രി പൂവാലൻ കോഴി കൂട്ടിൽ ഉറങ്ങാതെ കിടന്നു. അപ്പോഴാണ് ഒരു കള്ളന്റെ വരവ്. ഇതാണ് പറ്റിയ സന്ദർഭം. ഉച്ചത്തിൽ കൂവി കള്ളന്റെ ആഗമനം രാമനാഥനെ അറിയിക്കാം.

കൊക്കരെ... കൂ... കൊക്കരെ... കൂ പൂവാലൻ കോഴിയുടെ കൂവൽ കേട്ട് രാമനാഥൻ പുറത്തേക്കു വന്നു.

"പാതിരാത്രി സമയത്താ കോഴിയുടെ കൂവൽ. അത് കാലക്കേടാ.. ഈ കോഴിയെ ഇനി വെച്ചുകൂടാ... കറിയാക്കി തിന്നുക തന്നെ." രാമനാഥന്റെ വാക്കുകൾ കേട്ട് പൂവാലൻ കോഴി പേടിച്ചു വിറച്ചു. പിറ്റേന്ന് കോഴി എങ്ങും പോയില്ല. വ്യസനത്തോടെ ഒരേ ഇരിപ്പായിരുന്നു. തന്റെ കഥ കഴിഞ്ഞതു തന്നെ.

മുറ്റത്തെ മാവിന്റെ കൊമ്പിൽനിന്നും ഒരു കാക്ക ചോദിച്ചു:

"കോഴിച്ചേട്ടാ എന്താ ഒരു സങ്കടം?"

പൂവാലൻ കോഴി സംഭവം വിവരിച്ചു. കാക്ക പറഞ്ഞു:

"ഓരോരുത്തർക്കും ഓരോ ധർമങ്ങളല്ലേ കോഴിച്ചേട്ടാ. അതു മാത്രം അനുഷ്ഠിക്കുക. മറ്റുള്ളവരെ അനുകരിക്കാൻ ശ്രമിക്കാതിരിക്കുക. കുയിലിനെപ്പോലെ എനിക്കും പാടാൻ മോഹം ഉണ്ട്. പാടാൻ ശ്രമിച്ചാൽ ആൾക്കാർ കല്ലെറിയില്ലേ. എനിക്ക് ഒന്നേ പറയാനുള്ളൂ. നിന്റെ സിദ്ധി മാത്രം പ്രകടിപ്പിക്കുക. എന്നാൽ ഒരു സങ്കടവും വരില്ല."

കാക്ക അതുപറഞ്ഞു പറന്നുപോയി. പൂവാലൻ കോഴി പിന്നെ മറ്റുള്ളവരെ അനുകരിച്ചില്ല.

# 21

## കള്ളപ്പൻ കുടുങ്ങി

**കാ**ളപുരത്തെ മോഷ്ടാവാണ് കള്ളപ്പൻ. മോഷണവിദ്യയിൽ കള്ളപ്പൻ സമർഥനായിരുന്നു. ആർക്കും പിടികൊടുക്കാതെ കള്ളപ്പൻ മോഷണം തുടർന്നു. ഒരിക്കൽ വഴിയിൽ വെച്ച് അയാളെ കണ്ടുമുട്ടിയപ്പോൾ ധനവാനായ ധനയപ്പൻ പറഞ്ഞു.

"കള്ളപ്പാ നീ അധികം വിളയണ്ട. ഞങ്ങൾ നിന്നെ കുടുക്കും."

"ഹി... ഹി... ഹി..." കള്ളനിൽ കേമനായ കള്ളപ്പൻ പരിഹാസത്തോടെ ചിരിച്ചു.

കള്ളപ്പനെ കുടുക്കാനാവാതെ കാളപുരം നിവാസികൾ വലഞ്ഞു.

ഒരുദിവസം കാളപുരത്ത് നരേന്ദ്രൻ എന്ന ഒരു അത്ഭുതസന്യാസി പ്രത്യക്ഷപ്പെട്ടു. ജഢപിടിച്ച തലമുടിയും നീട്ടിവളർത്തിയ താടിയുമുള്ള സന്യാസി അനുഗ്രഹിച്ചാൽ ജോലിയിൽ അഭിവൃദ്ധി കിട്ടുമത്രെ.

ജനങ്ങൾ സന്യാസിയുടെ അടുക്കൽ കൂട്ടത്തോടെ എത്തി.

ഒരു സന്ധ്യക്ക് കള്ളപ്പനും അനുഗ്രഹത്തിന് വേണ്ടി സന്യാസിയുടെ അടുക്കൽ എത്തി.

"എന്തു ജോലിയാ...?"

"കൃഷിപ്പണിയാ.."

കള്ളപ്പൻ തട്ടിവിട്ടു.

ഒരു പഴം കള്ളപ്പന്റെ കൈയിൽ കൊടുത്തുകൊണ്ട് സന്ന്യാസി പറഞ്ഞു.

"ഇത് വിശേഷപ്പെട്ട പഴമാണ്. ജോലിയിൽ ഏർപ്പെടുന്നതിന് മുമ്പ് പഴം ഒരു തവണ കടിച്ച് ഓം സ്വാമി എന്ന് വിളിക്കണം. പിന്നെ രണ്ടാമതും കടിച്ച് വീണ്ടും വിളിക്കുക. ഓം സ്വാമി... മൂന്നാമത്തെ കടിയും കടിച്ച് അത് തുടരുക."

"പിന്നെ ഒന്നും പേടിക്കാനില്ല. ജോലിയിൽ നിങ്ങൾ അഭിവൃദ്ധി പ്രാപിക്കും."

കള്ളപ്പൻ പഴവുമായി വേഗം സ്ഥലം വിട്ടു. സന്ന്യാസിയുടെ അനുഗ്രഹം കിട്ടിയത് ഭാഗ്യം. ഇനി മോഷണം പൊടിപൊടിക്കണം.

രാത്രിയിൽ നല്ലപോലെ ഇരുട്ടിയപ്പോൾ കള്ളൻ നേരെ ധനയപ്പന്റെ വീട്ടിലേക്ക് പോയി. കാളയപുരത്തെ പണക്കാരുടെ വീടുകളൊക്കെ കള്ളപ്പൻ കാലിയാക്കി. ഇനി ബാക്കിയുള്ളതു ധനയപ്പനാണ്. ധനയപ്പന്റെ വീടുമുറ്റത്തെ വാഴത്തോട്ടത്തിൽ കള്ളപ്പൻ പമ്മി ഇരുന്നു.

പഴം എടുത്ത് ഒരു തവണ കടിച്ച് കൊണ്ട് കള്ളപ്പൻ വിളിച്ചു. "ഓം സ്വാമി..."

പിന്നെ രണ്ടാമത്തെ കടിയും കടിച്ചു. ഓം സ്വാമി. സ്വാമിയുടെ അനുഗ്രഹം ഫലിച്ചതുതന്നെ. മൂന്നാമത്തെ കടിയും കടിച്ച് ഓം.. എന്നതിനു പകരം അയ്യോ. എന്ന നിലവിളിയോടെ കള്ളപ്പൻ വാഴത്തടത്തിലേക്ക് മറിഞ്ഞു വീണു. അടി വീണതു തലയ്ക്ക് ആയതുകൊണ്ട് കള്ളപ്പന് ഒരു പിടിപാടും കിട്ടിയില്ല.

കുറുവടികളുമായെത്തിയ ധനയപ്പനും സംഘവും കള്ളപ്പനെ കൈയോടെ പിടിച്ചു. ധനയപ്പൻ പറഞ്ഞു... "കള്ളപ്പാ... നിന്നെ കുടുക്കാൻ സന്ന്യാസി വേഷം കെട്ടിയതു ഞാനാ.."

"അയ്യോ... കൊല്ലല്ലേ നല്ലവനായി ജീവിക്കാം."

"എങ്കിൽ ഒരു തവണ മാപ്പ്... ഒടിക്കോ..."

"ഈ നാട്ടിൽ കണ്ടുപോകരുത്."

ജീവനുംകൊണ്ടുള്ള കള്ളപ്പന്റെ ഓട്ടം കണ്ട് ധനയപ്പനും സംഘവും പൊട്ടിച്ചിരിച്ചു.

കള്ളപ്പനെ കാളപുരത്ത് പിന്നീടാരും കണ്ടവരില്ല.

# 22

## കർമം പിഴച്ചാൽ

**കി**ട്ടച്ചന്റെ വീട്ടിലായിരുന്നു ചിന്നൻ പൂവന്റെയും കിട്ടുപ്പട്ടി യുടെയും താമസം. കിട്ടു പട്ടിയോടായിരുന്നു കിട്ടച്ചനു സ്നേഹം.

ഒരുദിവസം കിട്ടുപ്പട്ടിയും ചിന്നൻ പൂവനും തർക്കമായി. ചിന്നൻ പറഞ്ഞു.

"എന്റെ കർമമാണ് വിലപ്പെട്ടത്. നേരം വെളുത്ത വിവരം ഞാനാ വീട്ടുകാരെ അറിയിക്കുന്നത്." കിട്ടുപ്പട്ടി വിട്ടു കൊടുത്തില്ല.

"രാത്രി പമ്മി വരുന്ന കള്ളന്മാരെ ഞാനാണ് വീട്ടുകാരെ അറിയിക്കുന്നത്. അപ്പോൾ പിന്നെ ഞാൻ ചെയ്യുന്ന കർമമാണ് വിലപ്പെട്ടത്." ഒരിക്കൽ കിട്ടച്ചൻ കൊടുത്ത ഭക്ഷണം കിട്ടുപ്പട്ടി ആർത്തിയോടെ ശാപ്പിടുകയായിരുന്നു.

"എടൊ... എനിക്കും വിശക്കുന്നു. അങ്ങനെ നീ ഒറ്റയ്ക്കു തിന്നണ്ട. അതും പറഞ്ഞ് ചിന്നൻ ഭക്ഷണം കൊത്തിത്തിന്നാൻ തുടങ്ങി. പെട്ടെന്നായിരുന്നു ചിന്നന്റെ തലയ്ക്ക് ഒരു വീക്കു വീണത്. കിട്ടച്ചൻ നീളൻ വടിയുമായി നിൽക്കുന്നു. അടുത്ത അടി വീഴുന്നതിനു മുമ്പേ ചിന്നൻ നിലവിളിച്ചുകൊണ്ട് ഓടി. കൊക്കരെ... കൊക്കരെ... പുളിമരക്കൊമ്പിൽ നിന്നും ചിറകു കുടയുന്ന കുഞ്ഞികാക്ക പറഞ്ഞു.

"ചിന്നാ... മറ്റുള്ളവരുടെ ഭക്ഷണം തട്ടി പറിച്ചാൽ ഇതാണു

ഗതി.” ചിന്നനു വാശി കയറി. കിട്ടച്ചനെ പറ്റിക്കണം. നേരം പാതി രാത്രി. ചിന്നന് ഉറക്കമില്ല. തല ഉയർത്തി ചിന്നൻ ഉറക്കെ കൂവി... “കൊക്കരെ... കൂ..” നേരം വെളുത്തു എന്ന് കിട്ടച്ചൻ കരുതട്ടെ. അയാൾ അങ്ങനെ സുഖമായി ഉറങ്ങണ്ട. പെട്ടെന്നായിരുന്നു അകത്തുനിന്നും കിട്ടച്ചന്റെ പ്രതികരണം.

“അതു ചിന്നന്റെ കൂവൽ അല്ലെ. പാതിരാത്രി കോഴി കൂവുന്നതു കാലക്കേടാ. ചിന്നനെ നാളെ ശരിപ്പെടുത്തിയിട്ടു തന്നെ കാര്യം.” അയ്യോ... ചിന്നന്റെ അടിവയറ് കാളി.

പിറ്റേ ദിവസം നേരം വെളുത്തിട്ടും ചിന്നന്റെ കൂട് തുറന്നില്ല. ചിന്നൻ സങ്കടത്തോടെ പുറത്തേക്കു നോക്കി. തന്റെ ജീവൻ പോയതു തന്നെ. അരികിൽ എത്തിയ കിട്ടുപ്പട്ടി പറഞ്ഞു.

“ചങ്ങാതി ഈ വിന സ്വയം വരുത്തി വെച്ചതല്ലേ. കർമ്മങ്ങൾക്കു പിഴവു സംഭവിക്കരുത്. അവരവരുടെ കർമങ്ങൾ കൃത്യമായി നിർവഹിച്ചില്ലെങ്കിൽ ആപത്താ... മനസിലായോ... സങ്കടഭാരത്തോടെ ചിന്നൻ കിട്ടുപ്പട്ടിയെ നോക്കി.”

# 23

# പാച്ചന്റെ സൂത്രം

**മി**ട്ടു കാട്ടിലെ ലൊട്ടു കുറുക്കൻ ഒരുദിവസം പാച്ചൻ മുയലിനെയും സംഘത്തെയും വിളിച്ചു വരുത്തി.

"എനിക്ക് ഈയിടെയായി അൽപ്പം സ്നേഹം തോന്നിത്തുടങ്ങി. പഴയതുപോലെ മുയലുകളെ കൊന്നൊടുക്കുന്ന ഏർപ്പാട് നിർത്തി. ഒരു തീരുമാനത്തിൽ ഞാൻ എത്തിക്കഴിഞ്ഞു. മൊബൈലിൽ ഞാൻ പാച്ചനെ വിളിക്കാം. ഒരുദിവസം ഒരു മുയൽ എന്ന തോതിൽ മതി. നിങ്ങളുടെ വംശനാശം സംഭവിക്കരുതല്ലോ. അതായിരിക്കും സൗകര്യം." ആ തീരുമാനം പാച്ചനും കിട്ടുവും അംഗീകരിച്ചു. ആ രാത്രി അവർ രഹസ്യയോഗം കൂടി തീരുമാനിച്ചു.

പാച്ചൻ പറഞ്ഞു. "വടക്കെ കാട്ടിലെ പാണ്ടിപ്പുലിയുടെ മൊബൈൽ നമ്പർ കൈയിൽ ഉണ്ട്. ലൊട്ടുവിന്റെ കഥ കഴിക്കുന്ന കാര്യം ഞാൻ ഏറ്റു." ഒരു ദിവസം പാച്ചന്റെ മൊബൈലിൽ ലൊട്ടുവിന്റെ വിളി വന്നു.

"എടോ പാച്ചാ. എത്രയും പെട്ടെന്ന് ഒരു പരട്ട മുയലിനെ ഇങ്ങോട്ടയ്ക്കുക."

ഞാൻ പോത്തൻ പാറയുടെ സമീപത്തേക്കു പോയി. "ലൊട്ടു പറഞ്ഞു. "ഓഹോ... നീയാണോ വന്നത്. ജീവിച്ചതു മതിയായൊ."

വയ്യ ചേട്ടാ മരണം കാത്ത് കഴിയാൻ. മരണം നേരത്തെ ആകാമെന്നു കരുതി."

"സബാഷ്. ഉഗ്രൻ തീരുമാനം." പക്ഷേ ലൊട്ടു ചേട്ടാ ഒരാഗ്രഹം ഉണ്ട്. "എനിക്കു ശേഷം മക്കൾ അനാഥരാകും. മക്കളെ മൊബൈലിൽ വിളിക്കാം."

"എങ്കിൽ വേഗം വിളിക്കെടാ. ശാപ്പാട് കുശാലാവട്ടെ. വിശന്നു വയറു പൊരിയുന്നു."

പാച്ചൻ അൽപ്പം മാറിനിന്നു കൊണ്ട് പാങ്ങിപ്പുലിയുടെ മൊബൈൽ നമ്പറിൽ അമർത്തി. ചേട്ടാ നല്ല കോളുണ്ട്. പോത്തൻപാറയുടെ സമീപത്തേക്ക് ഓടിവരിക.

പാച്ചനെയും മക്കളെയും ഒറ്റയടിക്ക് അകത്താക്കാനുള്ള കൊതിയോടെ കാത്തുനിൽക്കുകയായിരുന്നു ലൊട്ടു കുറുക്കൻ.

പെട്ടെന്നായിരുന്നു ലൊട്ടുവിന്റെ തലയ്ക്ക് ഒരു കടി വീണത്. "അയ്യോ... കൊല്ലല്ലേ." ലൊട്ടു നിലവിളിച്ചു. പാച്ചനെ നോക്കി, പാങ്ങി പ്പുലി പറഞ്ഞു.

"നീ സമയത്തു തന്നെ വിളിച്ചതു നന്നായി. കുറുക്കന്റെ ഇറച്ചി തിന്നിട്ട് കുറെ കാലമായി.'' പാങ്ങി പുലിയുടെ വായിൽക്കിടന്നു പിടയുന്ന ലൊട്ടുവിനെ നോക്കി പാച്ചൻ പറഞ്ഞു. "അഹങ്കാരിയുടെ കഥ കഴിഞ്ഞേ."